# गळ

महादेव मोरे

मेहता पब्लिशिंग हाऊस

Please contact us at **Mehta Publishing House Pvt. Ltd.**
✆ +91 020-24476924 / 24460313 / Mob. No. 9545000513
Email : production@mehtapublishinghouse.com
Website : www.mehtapublishinghouse.com



**GABRU** by MAHADEV MORE

**गब्रू :** महादेव मोरे / विनोदी कथासंग्रह



author@mehtapublishinghouse.com

संस्थापक : सुनील अनिल मेहता

प्रकाशक : मेहता पब्लिशिंग हाऊस प्रा. लि.
१९४१ सदाशिव पेठ, माडीवाले कॉलनी, पुणे - ३०.

मुद्रक : ट्रिनिटी ॲकॅडमी फॉर कॉर्पोरेट ट्रेनिंग लिमिटेड

मुखपृष्ठ : चंद्रमोहन कुलकर्णी

प्रकाशनकाल : सप्टेंबर, १९९४ / मेहता पब्लिशिंग हाऊस प्रा. लि.
यांची द्वितीय आवृत्ती : डिसेंबर, २०२२

किंमत : ₹ २२०

P Book ISBN 9789395477956
E Book ISBN 9789395477895
E Books available on : amazonkindle Apple Books Google Play Books

---

आम्हा मोरे कुटुंबीयांबद्दल अकृत्रिम जिव्हाळा व आपुलकीच्या
धाग्याने जोडले गेलेले
**डॉ. पी. वाय. नलगे** यांना सादर-
आपलं गाव सोडून, निपाणीत येऊन ज्यांनी शून्यातून
विश्व उभं केलं!

# अनुक्रमणिका

# गब्रू

रोजच्यासारखा दुपारचं जेवण झाल्यावर तासभर डुलकी काढून चारच्या सुमारास ऑफिसमध्ये आलो. ‘डोळे मोडीत राधा चाले’ या म.रा. तिप्पे यांच्या वगनाट्याची प्रुफं छापखान्यातून आली होती, तर ती तपासायला घेतली. पंधरा-वीस मिनिटं त्या कामात व्यग्र झालो असेन, तोवर जिन्यावर पावलं वाजू लागली. हा लाकडी फळ्यांचा जिना एक बरा आहे. कुणी येत असलं, की ते माणूस वरती पोहोचायच्या आत त्याची वर्दी देत असतो, त्यामुळे मलाही सावध होता येतं. आताही जिन्यावर पावलं वाजू लागली, तसा मी सावध झालो. कुणी अनाहूतपणे भेटायला येत होतं अन् त्याला कटवायला पंधरा-वीस मिनिटं तरी सहजच लागणार! तोवर प्रूफरीडिंग बोंबललंच म्हणायचं!

“नमस्कार!” खणखणीत आवाजात एक दणदणीत नमस्कार घडला.

पाहिलं तर– चाळिशी पार केलेला, पाच फुटांवर दोन-तीन इंच उंची असलेला गिड्डा व बुटकासा, सावळ्या वर्णाचा इसम! पायात कापशी माटाचं पायतान, कमरेला दुटांगी धोतर, वर पिवळट रंगाचा टेरलीनचा शर्ट व डोईला तांबड्या रंगाचा मलमली पटका अशा वेशातला हा माणूस माझ्यासारख्या जिल्ह्याच्या गावातल्या लहानशा प्रकाशकाकडे का आला असावा, समजेना! कारण ज्या साहित्यिक जमातीचा मजकडे राबता

असे, त्यांच्याशी अगदी विसंगत असा त्याचा एबाव होता.

"नमस्कार!" मीही त्याला प्रति नमस्कार करीत म्हटलं, "या बसा!"

समोरच्या बाकड्यावर बसत त्यानं विचारलं, "बुक काढणारं त्ये तुम्हीय काय? म्हंजे, आपलं सूर्यकांत शेंडे..."

"शेंडे नव्हे, शेंडुरे! सूर्यकांत शेंडुरे! मीच तो प्रकाशक...!"

"प्रकाशक...?" त्याला अर्थबोध झाला नसावा.

"म्हणजे बुकं काढणारा हो! मीच तो! हं, बोला, आपलं काय काम आहे?"

"म्या एक नाटक लिवलंय, त्येचं बुक करायचं हाय, तवा...!" तो पुढं बोलायला कुचमला.

पण, त्याचं बोलणं ऐकून मनोमन मी कोलमडलो. प्रकाशकाचा अर्थही धड माहीत नाही, त्यानं नाटक लिहावं म्हणजे?– मी स्वत:लाच चिमटा काढला आणि म्हणालो,

"चोपडं आणलंय?"

"चोमनं...?" त्यानं अचंब्यानं विचारलं.

त्याच्या कानात काही दोष असावा, किंवा माझ्या जिभेत तरी, तसा विचार करून परत मी म्हटलं,

"चोमनं नव्हे, ते प्रत्येकाजवळ असतंयच, कुठनं मागून आणावं लागत नाही! माझ्या म्हणण्याचा तुम्ही काहीतरी गैरसमज करून घेता आहात! मी चोपडं म्हणतोय! चोपडं! म्हणजे हस्तलिखित हो! समजलं ना– हस्तलिखित! नाटकाचं हस्तलिखित!"

"हां, हां ते व्हय!" असं म्हणून त्या गृहस्थानं हातातील ब्रीफकेसमधून हस्तलिखित वा चोपडं काढलं अन् अति मौल्यवान चीज द्यावी, तसं हाती दिलं.

हाती येताच त्याच्या समाधानासाठी म्हणून मी ते चाळण्यासाठी कव्हर पालटलं, तर आतल्या पानावर ठळक अक्षरात लिहिलं होतं–

'स्वातंत्र्य सामाजिक नाटक – 'रगताची थान' लेखक : बळी गायकवाड.' एवढंच वाचून मी पान मिटलं; कारण पुढील पानं उलटून त्यावरील मराठीचे पाडलेले अनेक खून पाहण्याचं धैर्य मला झालं नाही! मग म्हटलं,

"बळी गायकवाड आपणच ना?"

"हां, व्हय! म्याच त्यो!"

"म्हंजे, नाटक आपणच लिहिलंय!"

"आवं, मला लिहायला आलं आस्तं, तर म्या आमच्या नागझरी गावात कशाला कुजलो असतो, बंबैयला जाऊन बालिस्टर झालो नस्तो का?"

यावर माझा चेहरा नक्कीच फोटो काढून घेण्याच्या लायकीचा झाला असणार! अर्थात हे ओळखल्याने असेल, त्या चलाख माणसानं खुलासा केला,

"सपस्टच सांगायचं, तर मला लिवाय-वाचाय झ्याट काय ईत न्हाई!!"

"म्हणजे हे नाटक?" एक आवंढा गिळत कोरड्या ओठांवरून जीभ फिरवीत मी म्हटलं.

"माजंच की! मी दुसऱ्याची ऐट कशाला करू?" असं उलटं मलाच विचारून तो म्हणाला, "लेखनिक का काय म्हंत्यात, त्यो हायि वो माजा! म्या सांगायचा आणि त्यो लिवायचा असा रपाटा लावला नि हे नाटक तयार केलं! आशी पन्नास-साठ नाटकं हाणीन मी!"

जणू काय तो माझ्याच डोकीवर ती सारी नाटकं हाणतोय की काय, या विचारानं घाबरलो व म्हटलं,

"ते झालं; पण त्याचं असं आहे..."

"आसं कुचमू नका! सपस्ट काय ते सांगा– हे छापाया काय दोन-तीन हजार लागलं, तर ते सुद्का द्यायची तयारी हाय आमची!!" लिखाणाची आवड असणाऱ्या सुशिक्षित माणसाला आपलं एखादं पुस्तक निघावं, त्यावर आपलं नाव झळकावं, अशी सुप्त इच्छा असतेच; पण या अशिक्षित माणसाच्याही मनात ही इच्छा असावी, याचं नवल वाटत होतं! एका अडाण्यानं नाटक लिहावं, हेही मनाला पटवून घ्यायला खूप प्रयास पडत होते! मी म्हटलं,

"पुस्तकावर नाव झळकणं तेवढं काही हल्ली अवघड राहिलेलं नाही, त्याचं असं आहे– हे सारं लिहिलंय ते एकदा ठाकठीक करायला हवं!"

"ठाकठीक...? मंजे हो...?"

"नाटकाचं नाव काय...?"

"रगताची था ऽ न रगताला!"

"तर 'थान'चा अर्थ असा होतो..." अन् मी (माझ्याच) छातीवर दोन्ही तळवे धरून दोन काल्पनिक उंचवटे दाखविले.

"खॅ:ऽ खॅ:ऽ खॅ:ऽ खॅ:ऽ खिक्क!" तो हसू लागला न् मग हासू आवरीत म्हणाला,

"बरंच चावट हैसा की हो!!"

"चावटपणा तुम्ही करा नि माझ्यावर ठपका घ्या! अहो इथं 'तहान' पाहिजे 'तहान' आणि 'रगताची' नव्हे रक्ताची! 'रक्ताची तहान रक्ताला, असं पाहिजे! तसंच 'स्वातंत्र्य' नव्हे, तर 'स्वतंत्र', 'स्वतंत्र सामाजिक नाटक'– तर असं सारंच लिखाण ठाकठीक करायला पाहिजे, दुरुस्त करायला पाहिजे!!"

"म्हंजे हे सारं बामणी बोलीत लिवाय पायजे म्हणा की!!"

"होय, हे सारं शुद्ध मराठीत लिहून काढायला पाहिजे! तुमच्या लेखनिकानं तुम्ही जसं सांगितलंय, तसं लिहिलंय, शिवाय त्याचंही शुद्धलेखन यथातथाच दिसतंय!"

"अहो, यस्‌यस्‌सीला दोनदा गचकलाय, त्यामुळं आसंल!! माजा पुतण्याच तो, कोण परका बी न्हवं!!"

"तर आता असं करू– हे हस्तलिखित राहू दे माझ्याकडे. हे मी चाळतो. दोन आठवड्यांनी तुम्ही या, भेटा, तेव्हा चर्चा करू, काय करता येईल पाहू!"

"बरं हाय, तसं करू!" तो म्हणाला व निरोप घेऊन निघून गेला.

मधल्या अवधीत मी ते हस्तलिखित वाचण्याचा प्रयत्न केला. ते दिव्य अक्षर, त्याहून ते दिव्य मराठी वाचणं म्हणजे एव्हरेस्टचं शिखर चढून जाण्यासारखं! अनेक लेखकांची हस्ताक्षरं वाईट असतात. त्यामुळे आम्हा प्रकाशकांना असं हस्ताक्षर वाचण्याची प्रॅक्टिसच झालेली असते! अक्षर कसं का असेना; पण त्यातून जे काही व्यक्त करायचं होतं, ते नाट्याच्या दृष्टीने बरं होतं. म्हणजे अगदीच काही टाकाऊ नव्हतं, इतकंच! संपादकांप्रमाणे आम्हा प्रकाशकांनाही अत्युत्तम असं काही वाटत नसतं. 'साधारण आहे', 'ठीक आहे', 'बरं आहे', 'अगदीच काही वाईट नाही'– या अशा अभिप्रायाचेच सगळे! दोन आठवड्यांनी

बळी गायकवाड आला.

"नमस्कार!" करून ओळखीचं हसला.

"नमस्कार, बसा!!" मी म्हटलं.

"काय म्हणतंय आमचं नाटक? वाचलं का?"

"वाचलं!" आणि डोळ्यांवरील चष्मा काढून त्याच्या काचा रुमालाने पुसत मी म्हटलं, "नाटकातल्या अनेक गोष्टी खटकल्या मला! नाटकात खून होतो आणि लगेच फौजदार येतो म्हणजे? खून होण्याची वाट पाहतच हा फौजदार दाराबाहेर थांबला होता का?"

"आवं त्यो मर्डर फौजदाराच्या घरातच पडतोय हो!"

ऐकून मी कोलमडलोच! पण, आमचे थोर नाटककार आता ऐन रंगात आले होते, सांगू लागले,

"नाटक म्हटल्यावर मर्डर पायजेच त्यात एक तरी, त्याशिवाय मज्जा न्हाई! म्हणूनश्यान् तर मी नाव दिलंय 'रगताची थाऽन..."

"तहान!" मी दुरुस्ती केली.

"म्हंजे तेच हो!" हात वारून त्यानं माझी दुरुस्तीच जणू उडवून लावली. 'रगताची था ऽ न रगताला' हे नाव ऐकूनच पब्लिक तुटून पडायला लागलं!

"माझं म्हणणं असं की, खून फौजदाराच्याच घरात पडलाय, याचा काहीच अर्थबोध नाटकातील मागील-पुढील संदर्भावरून होत नाही!"

"आयलाऽ! आसं कसं हुईल? त्या झौन्यानं लिवलं न्याई व्हय ते साजीलवार?"

"हा कोण आणखी झौन्या?"

"आमचा पुतन्या हो!"

"म्हणजे, हे त्याचं नाव वाटतं?"

"हॅ:ऽ हॅ:ऽ हॅ:ऽऽ! तुमचा सोबाव मतोर गमत्या हाय हं! मानाय पायजे तुम्हाला!!"

"खून फौजदाराच्याच घरात पाडायचा, तर आधी तसा उल्लेख तरी नको का? की स्टेजवर 'हे फौजदाराचं घर आहे, असे प्रेक्षकांनी समजावं' असा बोर्ड लावायचा?"

"आम्ही तुमच्या चरणाजवळ कशाला आलाव? आवं, काय चुकलंमाकलं तुम्ही दुरुस्त करून घ्या...! तुमच्यासारख्यास्नी काय

सांगायला पायजे साहेब? सा नाटकं तुमच्या नावावर जमा हाईत! तुमच्या 'जंगलच्या राजा'नं तर दोन हजारांवर प्रयोग करून अख्ख्या म्हाराष्ट्रात धुमाकूळ घाटलाय!''

''आणखी दुसरी एक महत्त्वाची गोष्ट म्हणजे तुमचा नायक दारू पिऊन येतो नि प्रत्येक वेळी आपल्या बायकोला म्हणजे नायिकेला फडाफडा पायतानाने मारू लागतो! नाटकभर सात-आठ वेळा तरी पायतानाने मारहाण करण्याचा प्रसंग आहे! इतक्या वेळा मार खाऊन ती बिचारी नायिका जगेल तरी का? बरे, जगली तरी तिची अवस्था काय होईल, एवढा मार खाऊन? तुम्हीच सांगा आता!''

''हॅ:ऽ हॅ:ऽ हॅ:ऽ! ह्यो पाइंट लक्षातच आला नव्हता माज्या!!''

''आणखी त्याहूनही जास्त महत्त्वाची गोष्ट म्हणजे, पायतानाचा एवढा मार खाऊन काम करायला कुठली नटी तयार होईल?''

''माज्या नद्रंसमोर खेड्यागांवातलं म्हंजे आपलं गरामीण भागातलं पब्लिक व्हतं हो! आमची नाटकं श्यार गावात कोण करणार? ती व्हायची खेड्यातल्या जत्रंत, उरुसात, म्हाईच्या, न्हाय तर गणपतीच्या दिवसांत. आनि खेड्यावर इतर कश्यालाबी बायका मिळतील; पन नाटकात काम करायला मिळायच्या न्हाईत! म्हणून त्येंची कामंबी बापयास्नीच करायची पाळी येती!''

''पण पुरुष झाला तरी काय झालं? इतनी पायतानं खायला कोण तयार होईल– तेही गावच्या लोकांसमोर?''

''मी मघाच म्हटलं न्हवं– लिवल्यालं सारं तुमच्या सोद्यान केलंय, त्येची ठाकठीक दुरुस्ती तुम्हीच करून घ्या नि कसं कसं छापायचं ते सारं तुम्ही बघा!'' आणि तो म्हणाला, ''हे छपाईच्या खर्चाचा पहिला हप्ता म्हणून – दीड हजार! म्होरला खेपी ईन तवा दुसरा हप्ता एवढाच घेऊन येतो! तर या तीन हजारांत वडून काढा पुस्तक, या उप्पर आनि काई लागलं तर पदरचं घाला थोडं, काय?''

''ठीक आहे!'' त्यानं दिलेले पैसे खिशात घालीत मी म्हणालो, ''हे तुमचे पैसे दोन-तीन वर्षांत चुकते करतो!''

''म्या मागितल्यात का ते? आवं, हौसंला मोल न्हाई!! हौस हाय आमची ही, हौस!''

''तरी पण व्यवहार आहे हा! पंचवीस वर्षं या धंद्यात आहे,

अजूनपर्यंत कुणाही लेखकाचे पैसे बुडविलेले नाहीत मी!'' आणि मी म्हटलं, ''आता हे सांगा– तुम्हाला हा नाद कसा लागला?''

''अहो, गावात आमचं 'नवरंग नाट्य उपासी मंडळ' हाय...''

''उपासी मंडळ...?''

''पोरं त्येला 'नाट्योपासी मंडळ' म्हणत्यात...''

''नाट्योपासक मंडळ' असेल!''

''हां, हां, त्येच की! पन कुणा लेकाला ते सारं म्हणाय् येतंय्! आम्ही आपलं 'नाट्य उपासी मंडळ' म्हणतो झालं! गावात दर वर्सी लक्ष्मीची जत्रा जंक्शन भरती. जत्रंत दर वर्साला या 'नाट्य उपासी मंडळा'तरफे आम्ही नाटक करतो. 'जाळीमंदी पिकली करवंदं', 'व्हटावर डाळिंब फुटलं' ही असली नाटकं हो! म्हणून म्या काय ईचार केला, ही लोकांनी लिवल्याली नाटकं करण्यापक्षी आपुनबी याक नाटक का हाणू ने? आनि मग पुतण्याला म्हटलं, ''घे रं वही, आनि ये हिकडं, नि म्या सांगतो तसं लिव!' मग काय! आठवडाभर रोज दोन-तीन तास बैठक मारून ठिय्या दिला नि हे नाटक झालं लिवून! गुदस्ता लक्ष्मीच्या जत्रंत केलंबी! आसं रंगलं म्हंता, की यांव रे यांव!! लोकंबी म्हणाय लागली, 'गड्या हे नाटक रंगत्यालं हाय– नायकिनीनं दिल्याला इडा रंगावा तसं! तवा हाण ह्येचं एक पुस्तक, आपल्यावानी कई एक गावांत जत्रा व्हत्यात, तितंबी ह्येचं खेळ हुंद्यात, तुजं ते तुजं नाव व्हईल, नि गावचंबी व्हईल!''

''या नाटकाचा प्रयोग झालाय ते एका दृष्टीनं बरंच झालं बघा!'' आणि मी म्हटलं, ''तुम्ही असं करा, पुढल्या वेळी भेटायला याल, तेव्हा नाटकातील त्या पात्रांनाही सोबत घेऊन या, नाटकातील काही प्रसंगांवर आधारित तीन-चार फोटो मारू, एक मुखपृष्ठावर वापरता येईल, बाकीचे आत टाकू!''

''अहो, नाटकात काम केल्याली पात्रं खरोखरी दिसायलाबी पात्रंच हैत हो! त्येंचा फोटू काढला तर क्यामेरा बिघडायचा. नायिकेचं काम केल्यालं सोंगी भजनातलं बाबुशा हाय, नि ते तर खप्पड गालाचं हाय, त्येचा फोटू बुकात टाकला, तर ते कोण ईकत ऱ्हावू द्या, फुकटबी घ्याचं न्हाई!! म्या म्हंतो, तुमच्या ह्या श्यार-गावातल्या 'नाट्य उपासी' मंडळ्याबरोबरनी वळखी हैत, त्यातलं देखणं नट नि खरोखरीच्या

बायका असलेल्या नट्या जर मिळाल्या, म्हंजे आपलं फोटुसाठी मिळाल्या, तर लै लंबरबाज काम व्हईल म्हणा!''

''पाहतो प्रयत्न करून! हवं तर त्या नट्यांना वापरल्याबद्दल– फोटोसाठी वापरल्याबद्दल, द्रव्य देऊ दहा-वीस रुपये.''

''धा-वीस! मग बेस्टच झालं, म्या म्हनलं शंभरभर मोजायला लागतील!''

''अहो, तेवढे मोजले, तर त्या तुमच्याबरोबर गावाला देखील येतील– रातीच्या मुक्कामाला!''

''खॅ: ऽ खॅ: ऽ खिक्!!'' परत तो गुदगुल्या केल्यागत हसला न् मग म्हणाला, ''बरं, नटांचं काय?''

''त्यांचं काय महत्त्व नाही हो!'' नि उजव्या हाताचा अंगठा तोंडाजवळ नेत मी म्हणालो, ''त्यांना 'हे'च्यावर राजी करता येतंय. फक्त एक-दोन क्वाटर झाल्या की बास्स!''

''आरं तिच्या बायली, आसं हाय व्हय् ते तिंगाड! देतो आनि शे-दोनशे; पन हुंदे सारं फायनाबाज! पुस्तक हातात घेटल्यावर 'देखते रहीना' व्हायला पायजे! काय?'' अन् मग उठत तो म्हणाला, ''बरं हाय, येतो.''

आणि मग निरोप घेऊन तो निघून गेला.

मी इकडे कामाला लागलो. नाट्यसंहितेत योग्य ते बदल वा फेरफार करून पुनर्लेखन करू लागलो. तेव्हा गजाआड केलेला एक स्मगलर तुरुंगातील रक्षकांतर्फे त्याला पुरविण्यात येणाऱ्या सर्व सुविधांना कंटाळून तेथून निसटला होता अन् मग काही दिवसांनी गोव्यातील एका लॉजमध्ये सापडला होता, ही सनसनाटी घटनाही मी नाटकात गोवून त्याची रंगत वाढविली. स्थानिक नाट्य-कलावंतांचे नाटकातील प्रसंगानुरूप फोटोही काढून घेतले. ब्लॉक्स, मुखपृष्ठ, छपाई, बाइंडिंग आदी सर्व अवस्थांमधून गेल्यावर अखेर एकदाचं पुस्तक तयार झालं.

या अवधीत नाटककार बळी गायकवाडची दर आठवड्याला एक तरी फेरी असेच! आपलं पुस्तक कुठवर आलंय याचं औत्सुक्य त्याला गावी गप्प बसू देत नसावं! पुस्तक तयार झाल्याचं पाहून तो म्हणाला,

''शेंडुरेसाहेब, आता या पुस्तकाचा उद्घाटन समारंभ जोसात करायचा– आमच्या गावात!''

“म्हणजे प्रकाशन समारंभ?”

“हां, तेच म्हंतो मी! आनि त्या उद्‌घाटनाला जिल्हा परिषदेच्या आध्यक्ष्याला बलवू, कसं?”

“कल्पना छान आहे! नंतर त्यांच्या जिल्हा परिषदेला दोन-चारशे पुस्तकंही घालता येतील!”

“ते माज्याकडं लागलं! अहो, घुशीगत न्हाई तितं बिळं पाडतोय मी, आनि हे तरी काय घ्या!!”

प्रत्यक्ष समारंभाच्या दिवशी बळी गायकवाड जिल्हा परिषदेच्या अध्यक्षाची ॲम्बेसडर कार घेऊनच बोलवायला आला. मीही तयारीतच होतो. त्याच्यासह बाहेर पडलो. कारजवळ येताच त्यानं आतल्या पुढाऱ्याची ओळख करून दिली,

“हे आमचे आजचं यजमान, जिल्हा परिषदेचे अध्यक्ष श्यामराव गणपतराव खापे! आनि हे आमच्या नाटकाचं बुक काढणारे सूर्यकांत शेंडुरेसाहेब!!”

एकमेकांना नमस्कार वगैरे झाले आणि मग आम्ही गाडीत बसलो. तासाच्या आतच बळी गायकवाडचं गाव आलं.

वाटेत अध्यक्ष खापेंशी जुजबी बोलणंही झालं. त्यांनी माझ्या ‘जंगलचा राजा’चं नाव ऐकलं होतं, तसेच, माझ्या एका कथेवर मराठी चित्रपट निघाल्याचंही त्यांना माहीत होतं. “काय करता, आम्हालाही साहित्याची आवड आहे; पण सवड मिळत नाही, या राजकारणातून!” असं शेवटी ते म्हणाले. यावर ‘आवड असली की सवड काढता येतेच,’ असं मी म्हणणार होतो; पण जिल्हा परिषदेच्या अध्यक्षाला उगीच दुखविणं बरे नव्हे, पुढे तीन-चारशे प्रती गळ्यात मारायच्या आहेत, तेव्हा हा डूख धरून डंख करेल, असा सोईस्कर (व फायदेशीर) विचार करून उगीच आपलं हॅ:ऽ हॅ:ऽऽ केलं अन् गप्प बसलो! कुठं काय बोलावं व कुठं गप्प बसावं, हे आजवरच्या अनुभवानं मी चांगलंच शिकलो होतो.

अशा अवांतर गप्पा झडतच प्रवास कटला व गाव आलं. वेशीत सज्जड तयारी दिसली. आम्ही गाडीतून उतरताच सर्कशीतल्या रिंगमास्टरगत विचित्र व भस्सकन् डोळ्यांत रुतणारा भडक पोषाख घातलेल्या बॅण्डवाल्यांनी बॅण्ड बडवायला सुरुवात केली. तोवर झाडाच्या बुडाशी सावलीत

बसलेल्या धनगरांनी धनगरी ढोल पिटायला सुरुवात केली. जणू ते ढोल आज फोडून टाकायची सक्ती कुणीतरी त्यांच्यावर केल्यागत ती सारी धनगरं गळ्यातल्या ढोलावर अंगातील सारी ताकद एकवटून हातातील रुळागत मोठी काठी मारू लागले. हा कल्लोळ कमी होता म्हणून की काय, दूर उभा राहून बिडी ओढणाऱ्या, पिचक्या डोळ्यांच्या गिड्डेल्या माणसाने शेवटचा झुरका मारून बिडी फेकून दिली व काखेत लोंबकाळणारं रणशिंग तोंडाला लावून तूऽ तूऽऽ करीत जोराने फुकून, बॅण्ड व धनगरी ढोलाने निर्माण झालेल्या गोंगाटावर एक खरखरीत आवाजाची चर पाडली!

बाजूलाच एक बैलगाडी सजवली होती. तिच्या बावकाडावर एक माच्या आडवा टाकून बसण्याची बैठक तयार केली होती. शेंब्या, झूल व गळ्यात घुंघूर घालून बैलंही बेंदरातल्यागत नटविली होती! जि.प. (जिल्हा परिषदेचा) अध्यक्ष येणार म्हणून गावातल्या झाडून साऱ्या गांधी टोप्या (ऊर्फ पुढारी मंडळी) झक्कत स्वागतास आलेल्या दिसत होत्या. गावाचे आकारमान व त्यातील लोकसंख्येचा अंदाज बांधता गावकरीदेखील बहुसंख्येने नि उत्साहाने हजर असलेले दिसत होते. त्यातच हाती हार घेऊन उभ्या असलेल्या आडव्या-उभ्या फुटलेल्या धिप्पाड माणसाने आधी अध्यक्षाला व मग मला हार घालून हात जोडले व म्हटलं,

"मी ह्या गावचा सरपंच भीमराव काटे, आनि हे माझे सहकारी..." आणि त्याने आपल्या सोबतच्या पंचांची नावे सांगत ओळख करून दिली.

या ओळखीत गावच्या तलाठ्याचा व मास्तरचाही नंतर नंबर लागला. ही ओळख-परेड झाल्यावर मग आम्हास गाडीवर चढविण्यात आलं– अध्यक्षाला व मलाही! गळ्यातला हार काढून मी हातात घेऊ लागलो, तसा सरपंच काटे म्हणू लागला,

"न्हाई साहेब, हार काढायचा न्हाई. गळ्यातच त्यो ऱ्हावू द्या! भुंड्या गळ्यानं तुम्ही माच्यावर बसला तर मिरवणुकीला कसली शोभा आलीया?"

खरं तर, पुस्तकसमारंभ बळी गायकवाडच्या नाटकाचा होता, तेव्हा तो माच्यावर बसायला हवा होता! आज खरा मान त्याचाच होता,

त्यामुळे कुचमत मी म्हणालो,

"अहो पण, आपले बळी गायकवाड...?"

"त्यो पाव्हना, काय तुम्ही पाव्हणं? गावात पाव्हणं म्हणून तुम्ही दोघं आलाईसा, तवा आज मान तुमचाच! तुम्हीच दोघं माच्यावर बसायचं!" सरपंच म्हणाला.

तो कुठल्या तारेत बोलत होता, ते आता मला समजलं! त्याच्या तोंडातून बाहेर पडणाऱ्या शब्दांनाही गावठीचा वास येत होता, अन् तो टाळण्यासाठी झट्कन मी गाडीवर चढलो! न पेक्षा त्यानं माझा गणपतीबाप्पा करीत वर उचलून बसवायलाही त्या तारेतील उत्साहाच्या भरात कमी केलं नसतं!

मिरवणूक निघाली. उत्सवमूर्ती खाली गाडीत बसली होती व आम्ही दोघं पाहुणे माच्यावर! त्यामुळे मनोमन मला अपराधी वाटत असलं, तरी अध्यक्ष खापेंना अशा 'माना'ची सवयच असावी; कारण ते भलतेच खुशीत होते व अधूनमधून रुंद हास्य करीत मिरवणूक पाहत दारा-खिडक्यांशी उभ्या असलेल्या जनता-जनार्दनाला हात जोडून कपाळाला लावीत नमस्कार करीत होते! संग्या हसला की बाळ्याही हसावा आणि सोम्या करील तसे गोम्याने करावे, त्याप्रमाणे अध्यक्षागत मलाही हात जोडून दात विचकावे लागत होते. जणू आम्ही दोघं कुठेतरी पराक्रम गाजवून आलो होतो व त्यामुळे वाजतगाजत आमची अशी गावभर मिरवणूक काढायचं चाललं होतं!

दीड-दोन तास यातच उडाल्यावर अखेरला एकदाची मिरवणूक, समारंभ स्थळी, म्हणजे मराठी शाळेच्या पटांगणात आली. पटांगण रंगीबेरंगी कागदांच्या झुरमुळ्यांनी सजविलं होतं. शाळेच्या वर्गापुढील व्हरांड्याच्या खांबांना केळी व नारळीच्या झावळ्या बांधल्या होत्या व वरच्या छताला आंब्याचं डहाळं टांगलं होतं, म्हणजे व्हरांडा हेच स्टेज केलं होतं. व्हरांड्यात एक टेबल व त्यामागे चार-पाच खुर्च्या टाकलेल्या दिसत होत्या. टेबलजवळ माइक होता व व्हरांड्यात एका खांबाला पटांगणाकडे तोंड करून एक लाउड-स्पीकर बांधलेला होता.

हेडमास्तरांच्या खोलीत अल्पोपाहाराची व्यवस्था कार्यक्रमापूर्वीच केलेली होती. त्यामुळे पंच, सरपंच, तलाठी आदी गावच्या महत्त्वाच्या व्यक्तींसह आमचाही मोर्चा तिकडे वळला. खोलीजवळ आल्यावर

अध्यक्ष खापेंनी माझ्याकडे पाहत 'आलोच हं!' म्हणत करंगळी वर करून दाखविली व सरपंचाच्या खांद्यावर हात टाकून ते निघून गेले.

आम्ही खोलीत आलो. चिवडा, केळी, चहा असा बेत होता. अध्यक्ष खापे आल्याशिवाय खायला सुरुवात करणं उचित नव्हे, म्हणून सारेच खोळंबले होते! अखेर एकदाचे ते सरपंचासह आले व माझ्या जवळच्या खुर्चीवर बसत म्हणाले,

"माफ करा हं मंडळी, माझ्यासाठी तुम्हा साऱ्यास्नी खोळंबावं लागलं! 'ह्या'ची (इथे त्यांनी करंगळी पुन्हा दाखविली) सोय शाळेला जोडून नसल्याने आम्हाला जरा दूर शिवारात जावं लागलं... हॅ:ऽ हॅ:ऽ हॅ:ऽऽ! मान्साला घाई उडविणाऱ्या दोन गोष्टी हैत- एक 'ही' (इथे त्यांनी आपल्या उजव्या नाकपुडीवर अंगठ्याजवळचं बोट घासलं.) आनि दुसरी 'ही' (इथे त्यांनी मघागत आपली करंगळी दाखविली.)!"

तसा त्या खोलीत एकच हास्यस्फोट झाला! मीही हसता हसता अध्यक्षांकडे झुकलो, तसा गावठीचा तीव्र भपकारा नाकपुड्यांतील केस जाळीत गेला! मी मनातल्या मनात म्हटलं, माणसाची घाई उडविणारी तिसरीही एक गोष्ट असते, आणि ती म्हणजे 'ही' (इथे मी मनातल्या मनातच तोंडाजवळ अंगठा नेला! हाताच्या बोटांचा असाही किती उपयोग होऊ शकतो!)

अल्पोपाहार सुरू करण्यास सरपंचानी म्हटलं,

"हं, तर मंडळी- करा की सुरू, आनमान का?"

अध्यक्ष खापेंनी फक्त चिवडाच बकाणला! केळ्यांना त्यांनी हातही लावला नाही व 'मी चहा घेत नाही' असं सांगून परत एक प्लेट चिवडाच मागविला! माणसाची घाई उडविणारी तिसरी गोष्ट पोटात गेली म्हणजे चिवडा हा हवाच!! अर्थात, हे स्वानुभवाने मी सांगू शकतो; कारण मीही तसा काही सोवळा नव्हतो!

अल्पोपाहार झाल्यावर सारी मंडळी बाहेर पडली. अध्यक्षाला व मला टेबलमागील खुर्चीवर बसविल्यावर उरलेल्या पुढारी मंडळींत खुर्च्यांवर बसण्याची जणू स्पर्धाच लागली! उरलेल्या खुर्च्यांना पुरून उरलेली मंडळी उरली, तेव्हा शाळेच्या उरलेल्या वर्गांतूनही खुर्च्या आणण्यात आल्या आणि मग त्यावरही बसून दोन पुढारी उरलेच, तेव्हा त्यांना स्टूल आणण्यात आले. तोवर सरपंचाच्या डोक्यात आलं,

"आरं, त्यो बळी कुठं हाय? त्येला द्या की जागा!"

मग आणखी एक स्टूल आणून कोपऱ्यात मांडण्यात आलं व त्यावर सत्कारमूर्ती, नाटककार बळी गायकवाड बसले आणि मग एकदाची कार्यक्रमास सुरुवात झाली. शाळेच्या हेडमास्तरांनी प्रमुख पाहुण्यांची ओळख करून देऊन कार्यक्रमाचं प्रयोजन सांगितलं व पाहुण्यांस पुस्तकाचं प्रकाशन करण्यास विनंती केली. पुस्तक प्रकाशनास प्रमुख पाहुणे जि.प. अध्यक्ष खापे उठताहेत तोच हेडमास्तर म्हणाले,

"माफ करा हं! एक अति महत्त्वाची गोष्टच सांगायची राहिली आणि ती ही की– आजच्या या समारंभाचे अध्यक्षस्थान स्वीकारावे अशी मी सुप्रसिद्ध प्रकाशक, नाटककार व सिनेकथाकार श्री. सूर्यकांत शेंडुरे यांना विनंती करतो!"

एवढ्यात झटका यावा तसा सरपंच उठून उभा राहिला व उजव्या हाताने माइकचं मुंडकं धरीत त्यानं म्हटलं,

"हालीव ऽ हालीऽ व!!"

"काय हालीव?" श्रोत्यांतल्या कुणीतरी चावट व्यक्तीनं उद्‌गार काढलेले स्टेजवर ऐकू आले.

ते जणू न ऐकल्यागत करीत सरपंचाचं आपलं सुरू होतं,

"हालीव ऽ हालीऽ व! मागच्या आंगाला सर्व्यांना ऐकू येतंय न्हवं...?"

"हितं कोण किवंडं न्हाईत, सगळ्यास्नीच ऐकू येतंय, तुम्ही बोला!" – ही बहुधा मघाचीच व्यक्ती!

"तर म्या काय सांगत व्हतो? हां, म्या एवढ्यासाठीच हुबा हाय, की मघा मास्तरास्नी जे सांगिटलं त्येला माजा पूर्ण टेकू हाय! म्हंजे आपला सपस्ट पाठिंबा हाय!!" व सरपंच जागेवर बसला.

तसा मी खुर्चीवर उठून श्रोत्यांना नमस्कार केला व माइकजवळ जात म्हणालो,

"मित्रहो! या समारंभाच्या अध्यक्षपदाचा आपण मला मान दिल्याबद्दल मी आपला अंत:करणपूर्वक आभारी आहे! आपल्या या उत्साहाने आजच्या या दिवसावर सुवासिक फुलांचा जणू गुच्छच ठेवला आहे! उत्साहाने आपण आमची मिरवणूक काढलीत, त्यातच खूप वेळ गेलेला असल्याने इथे भाषण ठोकून मी आपला परत आणखी वेळ घेत नाही!

तेव्हा आजच्या समारंभाचे प्रमुख पाहुणे जिल्हा परिषदेचे विद्यमान अध्यक्ष श्री. श्यामरावजी खापे यांना, आपल्याच गावचे एक सुपुत्र श्री. बळी गायकवाड यांच्या 'रक्ताची तहान रक्ताला' या नाटकाच्या पुस्तकाचे आपल्या शुभहस्ते प्रकाशन करून आम्हास चार शब्द सांगावेत, अशी आपल्या सर्वांच्यातर्फे मी त्यांना नम्र विनंती करतो!'' व मी जाग्यावर बसलो.

तसा टाळ्यांचा एकच गजर झाला! त्या गजराच्या कल्लोळातच प्रमुख पाहुणे उभे राहिले. कुस्ती मारलेला फडातला पैलवान जसा हात उंचावून लोकांच्या शाब्बासकीचा स्वीकार करतो, तसं त्यांनी केलं. टेबलवर लाल रंगाच्या झुरमुळी कागदात नाटकाचं पुस्तक गुंडाळून वर पिवळ्या रंगाची रिबिन बांधली होती. जवळ ठेवलेल्या कात्रीने त्यांनी रिबिन कापली, गुंडाळलेला कागद बाजूला केला व नाटकाचं पुस्तक हातात धरून उंचावत माइकजवळ जाऊन श्रोत्यांना ते दाखवीत म्हटलं,

''मी आज नाटकाचं उद्‌घाटन झाल्याचं जाहीर करतो!!''

तसा टाळ्यांचा एकच गजर झाला नि त्यात 'पुस्तकाचं प्रकाशन' ही हळू आवाजात पाहुण्यांना सुचविलेली दुरुस्ती कुठल्या कुठे दबून, विरून गेली! टाळ्यांचा गजर हवेत विरतोय तोवर पाहुण्यांनी पुढे बोलायला सुरुवात केली.

''मी आज आपल्यासमोर आपल्याच भाषेत बोलणार हाय! आपली भाषा, जी तुम्ही-आम्ही रोजच बोलतो ती भाषा हे आईचं दूध हाय, तर श्यार गावात जी भाषा बोलत्यात, ज्येला तुम्ही 'बामनी बोली' म्हंता ते दाईचं दूध! दाईच्या दुधापेक्षा आईचं दूध कवाबी चांगलं! तर गड्यांनो, मला ह्या समारंभाचा, कार्यक्रमाचा मुख्य पावना म्हणून यायचं आवंतन आलं नि ज्येला लिवता-वाचता येत न्हाय अशा मान्साच्या नाटकाचं उद्‌घाटन करण्याचं हाय, हे समजलं तवा मी सारी कामं बाजूला सारून इकडं यायचं ठरीवलं! आपल्या ह्या उभ्या-आडव्या महाराष्ट्रात, एवढंच काय, आपल्या ह्या अखब्या भारतात, आनि ह्याहूनबी जास्त खरं बोलायचं, तर अखब्या जगात, ज्येला लिवता-वाचता येत न्हाई असा एकच नि एकमेव गब्रू नाटककार जल्मलाय व त्यो म्हंजे ह्यो बळी गायकवाड! (प्रचंड टाळ्या) ह्यो गब्रू ह्या आपल्या खेड्यात जल्मलाय, ह्येचा आपल्यागत मलाबी लई अभिमान वाटतो! (टाळ्या) ज्येनला

लिवता-वाचता येतंय, अशा लेखकांच्या लाथाळ्यांस्नी कसा ऊत आल्याला असतोय ते साहित्य संमेलन जवळ आल्यावर नि ते संपन्न का का काय होत असतंय त्या वख्ताला समद्यानला दिसतंयच! अहो, ह्या शिकल्या-सवरल्या, शान्यासुरत्या लेखक लोकांच्या लाथाळ्या बघून त्याबद्दल प्रसिद्ध असणाऱ्या प्राण्यांनीसुद्धा हल्ली लाजून लाथा मारायचं बंद केलंय! (हशा). अडाणी मान्सं किती बेंडल, बाराशिंगी असत्यात, हे तुम्हास्नी सांगायची जरुरी न्हाई! त्यामानानं ह्या इद्वान समजल्या जाणाऱ्या लेखक लोकास्नी जरा 'हे' कमीच असतंय! म्हणून मला आज वाटतं तुम्हा खेड्यातल्या अडाणी लोकांनी लेखक बनावं! तुमच्या गावातल्या ह्या गब्रू बळीगत नाटककार व्हावं, कथाकार व्हावं, जमली तर कादंबरीही हाणावी! आनुभवाचं भांडार ज्येचं मोठं त्येला लेखक होणं आवघड पडू नये! अहो, तुम्ही मान्साच्या जल्माला ईवून जे काय आजवर भोग भोगले, ते जरी एखांद्या लेखनिकाला म्होरं बसवून लिवून काढून घेतले, तर त्येचंसुद्धा हल्ली पुस्तक हुतंय्– आत्मचरित्राचं. आनि हाल्ली अशा पुस्तकास्नीबी लेई भाव हाय! असो! आपल्या गावात एक आडाणी नाटककार जलमलाय ह्येचा मला आनंद हाय! ह्या प्रसंगी मी माझ्यातर्फे व आमच्या जिल्हा परिषदतर्फे आपल्या गावच्या ह्या गब्रू नाटककाराला आपल्या सरकारनं काढल्यालं कुटुंबनियोजनाचं पुस्तक सप्रेम भेट म्हणून देतो, ते त्यांनी हितं ईवून घिऊन जावावं!!'' आणि त्या भल्या प्रमुख पाहुण्यांनी टेबलवर ठेवलेल्या आपल्या ब्रीफकेसमधून कुटुंबनियोजनाचं ते कुप्रसिद्ध पुस्तक काढलं.

तोवर बळी गायकवाड आपल्या जाग्यावरून उठला व ते पुस्तक स्वीकारून पाहुण्यांना व श्रोत्यांना अभिवादन करून आपल्या जागेवर जाऊन बसला! इकडे पाहुण्यांनी आपलं भाषण पुढं रेटायला सुरुवात केली.

''ह्या पुस्तकाचा आपल्या ह्या गब्रूला काय उपेग, असा एक पेच तुम्हास्नी पडला असणार! ना ह्येचं नियोजन करायचं वय, ना ह्येला पुस्तक वाचायला येणार! पन मी त्यांना इनंती करतो की, आपल्या लेखनिकाकडनं त्येंनी हे पुस्तक वाचून घ्यावं नि म्होरल्या साली ह्या इषयावर 'तीनची नको करूसा घाई, दोनच फुरं मला बाई', ह्या नावाचं नाटक लिवावं! (प्रचंड टाळ्या!) ह्यामुळंबी आपल्या नियोजनाला

हातभार लागतो! आनि मी तुम्हास्नी आताच वचन देतो की, म्होरल्या साली ह्या नाटकाचं उद्घाटन करायला मी अवश्य-अवश्य ईन!! बरं हाय तर गड्याहो, तुम्ही मला हितं, आपल्या गावात बलवून मला ह्यो ज्यो मान दिलासा, त्याबद्दल मी आपला माज्या अंत:करणाच्या देठास्नं आभारी हाय!!''

कार्यक्रम संपला, तेव्हा किनिट पडू लागलं होतं. दिवे लावण्याची वेळ जवळ आली होती. आम्हीही हे असे दिवे दिवसभर लावल्यावर परतावं म्हणून आमच्या गब्रू नाटककाराचा निरोप घेऊ लागलो, तर तो म्हणाला,

''ते काय न्हाय, आज तुमचा मुक्काम हतंच! अहो, चार कोंबडं कापल्यात, ते सप्पवायचं कुणी?'' आणि नाटकातलं पात्र खासगी काही सांगण्यासाठी दुसऱ्याच्या कानाशी बोलावं, तशा हळू आवाजात तो म्हणाला, ''आनि पयल्या धारंचीबी आणलीया खास पेशल तुम्हासाठी!''

यावर मी जि.प.च्या अध्यक्षांकडे पाहिलं, तर पयल्या धारेची म्हंटल्यावर त्यांचा कान फडफडू लागला होता, अन् माझा तर मघापासून फडफडत होता!! अर्थात त्या रात्री आमचा मुक्काम आमच्या गब्रू नाटककाराकडेच पडला अन् दुसऱ्या दिवशी दिवस बराच वर चढल्यावर व पहिल्या धारेची धार बरीच बोथट झाल्यावर आम्ही परतीच्या वाटेला लागलो, हे काय सांगायला हवं?

गोव्यापासून मराठवाडा-विदर्भापर्यंत फिरून नाटकाच्या प्रती, मी प्रकाशित केलेल्या आणखी चार-सहा पुस्तकांसह, ठिकठिकाणच्या पुस्तक विक्रेत्यांकडे, त्याचप्रमाणे बस व रेल्वे स्टेशनच्या पेपरस्टॉलवाल्यांकडे माझ्या नेहमीच्या शिरस्त्याप्रमाणे देऊन टाकल्या. मी चाचेगिरी करून पुस्तके खपवीत असतो, असे पुण्या-मुंबईकडील माझे समव्यावसायिक म्हणत असले, तरी याचा मला तरी चांगला अनुभव येत असतो.

असाच काही काळ लोटला व एके दिवशी आमचा गब्रू नाटककार आला. नमस्कार-चमत्कार झाल्यावर म्हणाला,

''शेंडुरेसाहेब, कुठनं-कुठनं मनिआर्डर यायला लागल्यात, 'रगताची था ऽ न रगताला'बद्दल! लोकास्नी नाटक आवडायला लागलंय, त्येचं खेळ व्हायला लागल्यात जणू!''

''कॉंग्रेऽच्युलेशन्स! अभिनंदन!!'' मी त्याचा हात हातात घेऊन

हलवीत म्हणालो, "पब्लिक हळूहळू नाटक उचलून धरताहे म्हणायचं!! ग्रेट!!" मलाही हे ऐकून बरं वाटलं नि त्या उत्साहात मी मग म्हटलं, "मनिऑर्डरच्या फॉर्मवर व परवानगी पत्रावर अंगठा उठविता का?"

"खॅ:ऽखॅ:ऽऽ खिक्!!" आमचा गब्रू नाटककार मन:पूर्वक हसला अन् मग म्हणाला, "न्हाय साहेब, अहो– गावातल्या गटारीदीकून सुदारल्या, आनि मी सुदरूने? म्या कामचलाऊ सही करायला शिकलोय आनि ती बी इंग्लिशमदी! इस्वास नसला, तर आना कागुद, दावतोच तुमास्नी!"

आणि त्यानं जवळचाच एक कागद उचलला, बाजूस पडलेलं एक पुस्तक खाली धरलं व उजवा हात पुढे करीत आत्मविश्वासपूर्ण आवाजात म्हटलं,

"आणा पेन!!"

तसा मी अभावितपणे खिशाला अडकविलेला पेन पुढं केला, तो हाती घेऊन त्यानं पहिलीतील लहान मुलागत ओठ पुढे काढून मोठ्या प्रयत्नाने त्यावर काही गिरबिटलं व फार मोठं काम करून दाखविल्यागत माझ्या पुढे कागद धरला आणि म्हटलं,

"बघा, हाय का न्हाय् फायनाबाज सही!"

मी हाती कागद घेऊन पाहिलं– इंग्लंड वा अमेरिकेत इंग्लिशमधील, महाराष्ट्रात मोडीमधील, कर्नाटकात कानडीमधील वा तामिळनाडूमध्ये तमिळीतील सही म्हणून सहज चालू शकेल, अशी ती दिव्य अक्षरं होती! अर्थात मला कौतुक करणं प्राप्तच होतं. म्हणालो,

"छान, छान!! आता कुठं नडायला-तडायला नको!!" आणि मी विचारलं, "आता नवीन काय?"

"ह्या पयल्या नाटकाच्या यशानं आता मलाबी हुरूप आलाय, 'डोईवर पदर, वेशीवर नजर' हे नाटक हाणायचं चाल्लंय्! जरा चावट हाय म्हणा नाटक! त्यात एक नंब्रिंग गाणंबी सुचलंय हो मला, 'आली रानावनातनं बाई शीळ, कसा कुठं दिसंना घननीळ!" पर ह्या गाण्याला मंगळवेढ्याच्या त्या परलाद का इठ्ठल शिंदेनं चाल लावली, तर त्येचा त्यो 'मिठू मिठू पोपट' बी झक् मारावा!!"

"है श्या रे गब्रू, हाण! दबीव!" मी उत्साहाने म्हणालो, "आता ह्या गोष्टीबद्दल पार्टी पाहिजे हं!"

"पार्टीची ऐशीतैशी!!" आमचा गब्रू माझ्याहून जास्त उत्साहाने म्हणाला, "चला, आता देतो पार्टी – नि तीबी रंगीसंगी,

क्वाटर बरोबर अख्ख्या!! सांगा, कुठं जाऊ या?"

"हॉटेल रेनबोमध्ये!!"

"चलाच तर मग, हयगय नको!" नि गडी उठलाच.

ह्या पार्टीनंतर आमचा गब्रू दीड-दोन महिन्यांनी भेटावयास आला. कुणी तरी वादाडात ठेवून द्यावं तसं त्याचं तोंड उतरलं होतं. आल्यावर नेहमीसारखं न बडबडता तो गप्प गुमानच बसला, म्हणून मग काळजीनं विचारलं,

"काय हो गायकवाड, काय झालं? का घरी कारभारणीशी भांडण वगैरे?"

"त्या भोसडीची काय टाप लागून गेलीय भांडायची, वाराला खेटरानं झेजरत आस्तो नी! 'रगताची थ ऽ न रगताला' मदी नायक हातात खेटरा घिऊन नायिकेला उठसुट्या कूट करतोय, आसं म्या उगंच दाखवलं नव्हतं! त्यो माजाच हो अनुभव! पन त्यो तुम्ही गाळालासा नि काय!"

अशी त्याची गाडी दुसऱ्याच रुळावर गेल्याचं बघून मी म्हटलं, "पण तुम्ही आज रंजीस का ते न्याय् सांगितलं?" त्याच्या सहवासानं माझ्या नागर बोलीत हल्ली चुकूनमाकून ग्रामीण शब्द येऊ लागले होते!

"अहो, मराठवाड्यातनं काल पत्र आलंय याक्– तिथं जिल्ह्या-तालुक्याच्या ठळक ठळक गावी उसाच्या रसाच्या इक्रीचं दुकान चालविणारे 'नवनाथ रसवंती'वाले हैतं. त्येंनी तिथं 'नवनाथ रसवंती नाट्यरस मंडळ' काढलंय!"

"म्हंजे तुमच्या भाषेत 'नाट्य उपासी मंडळ' असंच म्हणा!"

"हाम बघा! तर त्या नाट्यरस उपासी मंडळानं माज्या 'रगताची थाऽ न रगताला'चं त्या भागात पन्नास खेळ केल्याती म्हणं! एवढं खेळ, एकाच नाटकाचं त्येंनी ह्याआधी कधी बापजल्मीबी कराय न्हवतं म्हणं! आता एक्काव्वन्नावा खेळ परभणीजवळच्या एका गावातल्या जत्रंत करणार हैत, आनि त्या निम्मतानं माजा सत्कारबी करायचं त्येंनी यवजलंय्! तर आसं पत्तार आल्यापास्नं बघा सायेब, माज्या पोटात भ्यानं वायगोळाच उठलाय्! आहो, सत्कार म्हंजे त्ये भाषान्-बिषान्

आलंच! आनि तिथंच आमचं घोडं पेंड खातंय् नि काय! काय करावं? काल तर इच्चार करून स्सारी झॉपबी न्हाई!"

"अहो, घाबरू नकोसा, म्या हाय न्हवं! म्या लिवून देतो की भाषान्! तुम्ही आपलं नाटकातल्यावानी ते पाठ करायचं आनि ठोकून द्यायचं!!"

"आवं, ती सुद्द बोली, म्हंजे आपली बामनी बोली मला बोलायला ईत न्हाई, म्हणून तर आता ठो: ठो: ठोकायचीच पाळी हाय न्हवं का!"

"आवं, म्या म्हंतो– त्या जिल्हा परिषदेच्या आध्यक्षावानी ठोकून द्यायचं हो!!" आता त्याच्या संगंगुणानं माझ्याही नागर ऊर्फ बामनी बोलीची पार वाट लागू लागली होती, "आधी हाणायचं त्या आध्यक्षावानी! असा डायलाग मारायचा– 'म्या आपला गावरान बोलीत बोलतो, आपली गावरान बोली हे आईचं दूध! आनि श्यार गावातील बोली हे दाईचं दूध! आईचं दूध सोडून दाईचं दूध कोण पील हो!" आनि काय, हितं कडकडून टाळी पडलीच पायजे! व्हाव् तर ठेवा लिवून!! स्वारी! तुम्हास्नी लिवता येत न्हाय्, हे म्या इसारलोच!!"

"तुमची ही आयडिया नंबरी हाय! तुम्ही न मागता लागली पार्टी माज्याकडं! रेनबोतली– क्वार्टरसहित!! घ्या, टाळी द्या!!" त्यानं हात पुढं केला.

अशी संगीत पार्टी म्हटल्यावर आनंद कोणाला होणार नाही? अर्थात, ज्याला होणार नाही, उसने पीही नहीं!! तर मी त्यानं पुढं केलेल्या हातावर हात आपटीत म्हणालो, "घ्या टाळी घ्या!! पन आता हे सांगा, ते नवं नाटक... काय बरं नाव त्येचं...हां?" 'डोईवर पदर, वेशीवर नजर' कुठवर आलं?"

"त्येच्या बायुकाचा तांगडा व्हले?"

"अहो, पन कुणाच्या?"

"अहो, माज्या लेखनिकाच्या! त्यो साडंसुक्काळीचा आता मला गुल्या दावा लागलाय्! कवा सांगतोय– सवड न्हाई, कवा म्हंतय्, उद्या येतो, आनि ऐन वख्ताला काय तर कारण सांगून टांग मारतोय!! त्यामुळं पयल्या आंकाच्या म्होरं नाटक काय सरकंना! तवा सायेब, आता तुम्हीच एक चांगलासा लिवणारा गाठून द्या! न्हाय् तर असं करनासा साहेब– तुम्हीच का लेखनिक हूनासा! तुमच्या सवडी परमानं

म्या आठवड्यातनं एक-दोन डाव हितं येतो, नि नाटक सांगतो, तुम्ही लिवून काढा, ह्या निम्मतानं चरच्याबी कराय् बेस पडंल, आनि नाटकबी फायनाबाज हुईल!!''

"चांगली आयडिया हाय ही! आठवड्यातनं सवडीचं एक-दोन दिवस ठरवू, तवा येत चला, लिवून काढू!!''

"आता देवच पावला म्हनायचा!!'' आणि तो गब्रू मला अक्षरशः लोटांगण घालीत म्हणाला, "तुमच्या ह्या होकाराबद्दल आनि एक पार्टी लागली हो माज्याकडं! आधी तेवढं भाषन लिवून माज्याकडनं पाठ करून घ्या, तेवढा सत्कार हाणून येतो, नि मग एकमेरीनं 'डोईवर पदर...' कुडपूनच टाकू या! आवं, लै नाटकाच्या आयडिया हैत हो डोक्यात– नावच सांगतो की, शांपल म्हणून, 'वाटंवरचा बाबा, त्येनं वाकवली बया!', 'पीकपानी जबर पर दाना लै निब्बर', 'अगं, अगं म्हशी...'!''

गब्रू सांगू लागला, नि मी दिक् होऊन ऐकू लागलो!!

◆

# टिंबकटू

"नमस्कार, माधवराव! हॅ:ऽ हॅ:ऽ हॅ:ऽऽ!!"

कुणी असं आपण होऊन नमस्कार करीत आलं आणि कारण नसता दात काढू लागलं, तर माझ्या मनात संशयाची पाल चुकचुकतेच.

"हॅ:ऽ हॅ:ऽ हॅ:ऽ! तुम्ही आता मोठे लेखक झालात, तेव्हा म्हटलं हॅ:ऽ हॅ:ऽऽ"

हा आता भेटावयास आलेला वाटेगावकर परत विनाकारण सलगीचं हसू लागला आणि उलट हसून त्याला प्रत्युत्तर देण्याऐवजी माझा चेहरा आणखीन संशयखोर झाला!

अर्थात हे त्याच्या नजरेतून सुटलं नसावं; कारण खुलासा करावा, तसा तो लगेच म्हणाला,

"हॅ:ऽ हॅ:ऽ हॅ:ऽ मी कारवाडच्या हायस्कूलचा टीचर आहे. आमच्या शाळेत उद्या एस.एस.सी.च्या विद्यार्थ्यांना निरोप देण्याचा समारंभ आहे. समारंभाचे प्रमुख पाहुणे म्हणून आपणाला मी बोलावून आणतोच, असं सांगून आलो आहे!" आणि माझ्यावर जणू हक्क दाखवावा तसा तो म्हणाला, "तर तुम्ही आलं पाहिजे– उद्या!"

"पण मी... मला व्याख्यान द्यायला..." चाचरत मी म्हणालो. भिडस्त स्वभावामुळे, त्याला स्पष्ट नकार देणंही मला जमेना...

"जमेल, जमेल, सारं जमेल! एवढी

एवढी मिड्याएवढी पोरं ती...!'' पोरांना त्यानं 'मिड्या'ची उपमा दिली. 'मिडं' म्हणजे वेलीवरचं फूल झडून लागलेलं करंगळीएवढं कोवळं वाळुक! कोवळ्या दोडक्यालाही ग्रामीण भागात 'मिडं'च म्हणतात.

''त्या पोरांच्यासमोर तुम्ही काहीही बोला, चालेल!'' मला धड बोलायलाही उसंत न देता त्याने आपलीच गाडी पुढे दामटली, ''नाही म्हणायचं नाही, माधवराव! तुम्ही आमच्या गावचे लेखक म्हणून तुमच्याबद्दल आम्हाला किती अभिमान आहे! तेव्हा नकार देऊन तुम्ही आता माझी तोंडफोड करायची नाही हं!''

त्याला जुजबी ओळखत होतो. तसा जास्त काही परिचयही नव्हता आणि असा हा महाभाग माझा जिगरी दोस्तच असल्यागत कसा काय गळेपडूपणा करतो आहे, याचंच मला आश्चर्य वाटत होतं! कसं काय हे एकेकांना साधतं, कोण जाणे! कसाबसा म्हणालो,

''तुम्ही राहायला पण तिथंच आहात का– कारवाडला? की...?''

''छे: हो! मी येऊन-जाऊन नोकरी करतो! जेवणाचा डबा घेऊन सकाळच्या नऊच्या गाडीनं जायचं आणि शाळा सुटल्यावर संध्याकाळच्या पाचच्या गाडीनं परत यायचं! त्याचं काय आहे, आमच्या हे अंगवळणी पडलंय्!'' आणि निरोपादाखल तो म्हणाला, ''बरं तर, उद्या बोलवायला येतो तुम्हाला, सकाळी साडेआठ, पावणेनऊला!''

आणि तो निघूनही गेला...

मी किंकर्तव्यमूढ का काय म्हणतात, तशा अवस्थेत उभा. अर्थात यातला 'मूढ'च जास्त खरा! (अर्थात, हे मात्र नंतर कळलं!)

दुसऱ्या दिवशी तो साडेआठनंतर आलाच! आल्या आल्या त्यानं सलगीचं हास्य करीत म्हटलं,

''हॅ:ऽ हॅ:ऽ हॅ:ऽऽ, आलोच की नाही– करेक्ट टाइमात?''

''अहो पण, मला व्याख्यान तर देता येईल ना?'' मी प्रश्न केला. या प्रश्नाच्या नांगीनेच रात्रभर डंख मारून मला हैराण केलं होतं व धडपणे झोपही घेऊ दिली नव्हती!

''आता 'अहो पण...' वगैरे म्हणायचं नाही हं, माधवराव! कसं व्याख्यान देता येत नाही, पाहू चला! अहो, हळूहळू सारंच जमतं,'' असं बोलून उलट तोच मला शहाणपणाचे धडे शिकवू लागला, ''तुम्ही कुठेच गेला नाहीत, तर कधीच जमणार नाही हे!!''

मी कपडे वगैरे घालून त्याच्यासह जायची तयारी करू लागलो, तसा वाटेगावकर म्हणाला,

"पुस्तकंही हवीत हो, दोन-तीन तुमची– आमच्या हायस्कूलच्या लायब्ररीला!" अन् धूर्तपणे त्याने गळ टाकला, "हवे तर पैसे घ्या!!"

आता त्याच्याकडून पैसे कसे घ्यायचे? त्यात माझा भिडस्तपणा!! पुस्तके देण्यासाठी मी मुकाटपणे कपाट उघडू लागलो, तसा परत तोच म्हणाला, "तुमची अगदी लेटेस्ट कादंबरी व कथासंग्रह हवेत हं आम्हाला!!"

त्याचा हा प्रेमळ गळेपडूपणा मनोमन मला आवडला नसला, तरी आता सांगतोय कुणाला? 'आधी गुंतू नये, मग कुंथू नये' म्हणतात, तशातली माझी गत झाली होती! मी कपाटातली पुस्तके ओढून घेतली, आणि त्याला म्हटलं,

"तुमच्या शाळेचं नाव सांगा, म्हणजे पुस्तकांवर ते लिहून खाली 'सप्रेम भेट' असं म्हणता येईल!"

'विद्यासंवर्धक शिक्षण प्रसार मंडळाचे श्री. जिनगौंड अर्ककीर्ती खोत हायस्कूल, कारवाड!" त्यानं मालगाडीगत लांबच लांब नाव सांगितलं.

कुणा अर्ककीर्ती गृहस्थाच्या कीर्तिवान पोरानं हायस्कूलला दोनेक लाख देणगीदाखल दिले असावेत, म्हणून त्याच्या नावाने हा टिळा लावून त्याच्या कीर्तीत आणखीन भर घातली असावी! एवढं सारं लिहायचं...

"जी.ए. खोत हायस्कूल, कारवाड' असं लिहिलं, तरी काही हरकत नाही. हॅ:ऽ हॅ:ऽ हॅ:ऽ!" माझ्या मनातील भाव ओळखून तो म्हणाला.

हायस्कूलच्या नावापुढे 'सप्रेम भेट' असं लिहून मी खाली लफ्फेदार सही ठोकली व पुस्तकं त्याच्या हाती दिली, तसा तो म्हणाला, "थँक्स!! हायस्कूलच्या वतीने मी आपला आभारी आहे." आणि विषयांतर करावं, तसा तो म्हणाला, "निघू या ना आता? न पेक्षा गाडी चुकेल; कारण त्या आडबाजूच्या गावी जास्त गाड्या नाहीत."

"आलोच!" म्हणत मी आत गेलो. सौ. ने चहा केला होता. तिने भरलेले कप घेऊन बाहेर आलो न् म्हणालो, "घ्या, चहा घ्या!!"

"मी घरून निघण्यापूर्वी घेऊनच आलो होतो की हो! बरं, तुम्ही एवढ्या अगत्याने आणलेलाच आहे, तर मग घ्यायलाच हवा!" चहा

घेऊन झाल्यावर तो गडबड करीत म्हणाला, "चला माधवराव, त्वरा करायला हवी आता!!"

दोघं जल्दीने स्टॅन्डवर आलो. जणू साऱ्यांनी आजच बाहेरगावी जायचं योजल्यागत सारं स्टॅन्ड माणसांनी खचाखच भरलं होतं. पाच-दहा मिनिटांतच आम्ही ज्या गावी जाणार होतो, त्या बाजूला जाणारी एक एस्टी प्लॅटफॉर्मला रिव्हर्सने येऊ लागली; तसा तिच्या दाराजवळ माणसांचा समुद्र हेलकावे खाऊ लागला. त्यात स्वत:ला झोकून दिलं. लाटांवरील ओंडक्यागत-तरंगत-सरकत दाराजवळ आणि तेथून आत गेलो... हुऽश्श!!

"माधवराव, आलात ना वर!" दूरवरून ड्रायव्हर जवळच्या जाळीदार केबिनजवळून वाटेगावकराचा आवाज आला. पॅसेजमध्ये माणसांचा इतका लोंढा होता की, त्यात वाटेगावकर दिसतही नव्हता.

"आलोय!" लोंढ्यातील त्या पॅसेजमध्येच उभ्या उभ्या मी म्हणालो... तोवर डुक्कर मुसंडीगत आत घुसणाऱ्या कुणाची तरी ट्रंक (बहुधा ट्रंकेचा कोपराच!) गुडघ्याच्या वाटीला खच्चून लागली अन् आपसूक माझ्या तोंडातून विव्हळ स्वर बाहेर पडला 'आईऽ'. एवढ्यात केबिनजवळील वाटेगावकराचे शब्द आले, "केवळ वीसेक किलोमीटरचं अंतर आहे घ्या, आपण जाऊ एवढ्यात!" अर्थात त्याच्या फुंकरीने त्या घामट गर्दीत उभा राहण्याचा त्रास व गुडघ्यातील ती जीवघेणी कळ थोडीच कमी होणार होती? कोठूनसा कन्डक्टर आला व बेलची दोरी ओढत म्हणाला, "सरकून घ्या, पुढं सरकून घ्या! ओ मामा, जरा पुढं सरका की!" "आता फुडं म्हंजे कुठं? केबिन फोडून फुडं का?" तो मामा कुरकुरला व पुढं सरकल्यागत करून तेवढाच मागे आला.

ड्रायव्हर येऊन पुढे बसला. झप्पदिशी त्यानं दार लावून घेतलं. गाडी सुरू झाली व एक ऐटदार वळण घेऊन स्टॅन्डबाहेर पडली नि धावू लागली, तशा वाऱ्याच्या झुळका आत येऊ लागल्या व माणसांच्या गर्दीमुळे जाणवू लागलेला उकाडा बराचसा निवळला.

पाच-दहा मिनिटाला गावे वा गावाचे थांबे लागत व एस्टीही थांबे! जितकी 'मेंढरं' (खाटक्यांच्या गाडीत मेंढरं कोंबल्यावानी यस्टीत माणसं कोंबलेली! 'माणसापेक्षा मेंढरं बरी' असं कन्डक्टर ऊर्फ वाहकाचं मनोमन मत असावं, म्हणूनही हे असं घडलं असेल!) एस्टीतून खाली

उतरत, त्याच्या डब्बल वर चढत. आपलं गाव आलं म्हणून बसलेला एखादा उठला, की त्या रिकाम्या सीटवर बसायला उभे राहिलेले मरत!

या भाऊगर्दीत कन्डक्टरला तिकिटं फाडायलाही उसंत नव्हती. तो नुसते पैसे, आपल्या गळ्यातल्या चामडी बॅगेत सारीत पुढे सरकत होता. (बहुधा तो नंतर एखाद्या खोपटाच्या 'हाटीला'त जाऊन लाजेकाजेस्तव थोडीशी तिकिटे फाडून ती चहाच्या किटलीखालच्या शेगडीतल्या कोळश्यावर समिधागत अर्पण करीत असावा नि हिशेब मेकअप झाला की मग उरलेल्यातून ड्रायव्हरची व तिकीट चेकरांची वाटणी असावी!)

या एस्टीचं आणखी एक वैशिष्ट्य होतं– तिला थांबायला तशी स्टॉपचीही जरुरी लागत नसे! रस्त्यात कुणीही हात केला की, ती थांबे! आणि मग सिटा ऊर्फ 'मेंढरं' आत चढत. पॅसेजमध्ये उभे राहण्याच्या एस्टीच्या नियमानुसार दहाची संख्या तर केव्हाच मागे पडली होती. सहज दाराचा खटका कुणी जर दाबला असता, तर ती उभी असलेली डझनभर 'मेंढरं' सहज बाहेर पडली असती.

आत एवढी मरणाची गर्दी होऊनही परत आणखीन (कितव्यांदा, कोण जाणे!) कन्डक्टरने घंटी मारली, तशी एस्टी थांबली.

"आता आलेल्यास्नी आमच्या खांद्यावर बसविता का काय हो कन्डक्टरसाहेब?" उभी असलेली एक सीट बोलली.

"म्होरं ड्रायव्हरच्या केबिनमदी उभा रात्यात. घ्या हो!" कन्डक्टर बेफिकीरपणे म्हणाला, "अहो, जरा माणुसकी राखाय पायजे का नको?"

ड्रायव्हरच्या दारातून सिटा केबिनमध्ये चढल्या, न् एस्टी चालू झाली. ड्रायव्हिंग करता करता ड्रायव्हरने केबिनमधील सिटांचे पैसे वसूल केले व आपल्या खिशात सारले. या वीसेक किलोमीटर अंतराच्या प्रवासात आणखी काय काय होणार आहे, ते मला कळेना! बक्कळ तास उलटून गेल्यावर एस्टीने वीसेक किलोमीटरचं अंतर अगदी रमतगमत काढलं!

एस्टी थांबली, तशी एकदाचा खाली उतरलो व मोकळ्या हवेत श्वास घेतला! एका खोपटाच्या 'हाटील' पुढलं मोकळं मैदान म्हणजे त्या गावचं एस्टी स्टॅन्ड!

"चला जाऊ!" माझ्या पाठोपाठ खाली उतरलेला वाटेगावकर म्हणाला.

“येथून अजून किती लांब गाव आहे?” घाबरून मी पृच्छा केली. तसा या भागात मी प्रथमच येत होतो आणि ऐकीव माहिती व प्रत्यक्ष पाहणं यात जमीन-अस्मानाचं अंतर असतं!

“हे काय हे पलीकडेच!” वाटेगावकर म्हणाला.

“पलीकडे?” त्याचं बोलणं न समजून मी विचारलं.

“असंच ह्या रस्त्याने खाली गेलं की, गाव संपतं आणि नदी लागते. त्या नदीच्या पलीकडेच तर कारवाड आहे!”

यावर काही न बोलता मी एक आवंढा गिळला!

“असं करू...” परत तो म्हणाला, “आपण येथून दोन सायकली भाड्याने घेऊ, आणि नदीपार करू!”

“सायकलीवरून नदीपार?” मला काहीच समजेना.

“हॅ:ऽ हॅ:ऽ हॅ:ऽ! तुम्हीही जोक मारता म्हणा, माधवराव! हॅ:ऽ हॅ:ऽ!! आणि तो म्हणाला, “अहो, नदीत पाणी कुठं बोंबलायला लागलंय? वाळळ्या वताडातनं सायकल रेमटायची!”

“मग सायकल कशाला? चालतच जाऊ ना आपण!”

“माधवराव, नदी लहान आहे यावर जाऊ नका! पण तिचं पात्र चारेक किलोमीटर रुंद आहे!” अर्थात, यावर मी परत (दुसऱ्यांदा) आवंढा गिळला! वाटेगावकराच्या या गावातही ओळखी दिसत होत्या. स्टॅन्डवरच्या ‘त्या’ ‘हाटीला’लगत एक सायकल दुकान होतं. दुकानाजवळ आल्यावर वाटेगावकर म्हणाला, “नदाफ, दोन सायकली घेताव रे!”

“घ्या की हो, सर!” नदाफ पुढ्यातील वहीत ‘सरां’चं नाव लिहीत म्हणाला व आम्ही घेतलेल्या सायकलींचे नंबरही त्याने त्यात नोंदविले.

आम्ही सायकलीवर स्वार होऊन निघालो. गावाजवळून गेलेल्या नदीला इंग्रजीतील 'S' अक्षरागत आकार आला होता. एका वक्र भागावर हे गाव, तर दुसऱ्यावर ते कारवाड गाव व दोन्हींना जोडणारा हा पात्रातील भाग – हे सर्व पसरलेलं कंत्राट सहजच चारेक किलोमीटर रुंदीचं झालं असतं!

नदीकडेच्या कापलेल्या गवताचं दड्ड; त्यावरून बैलगाड्या जाऊन-येऊन पडलेल्या खोल चाकोऱ्या... तर हा असा रस्ता! त्यावरून सायकल चालविणं, ही एक सर्कसच होती. हा रस्ता लहरी हैदरगत कधी काठावरून जात होता, तर कधी नदीच्या पात्रात उतरत होता.

कधी पाण्यात डुंबत होता, तर कधी नदीस मिळालेल्या वडी-वताडात गुडूप होऊन पुढे निघून जात होता. सायकल चालविता चालविता वाट ओसरावी म्हणून मी म्हणालो,

"मघा एस्टीत कन्डक्टरने बऱ्याचजणांचे पैसे घेतले; पण तिकिटं मात्र दिली नाहीत!!" अर्थात हे वाटेगावकरला कळलं नसेल, असंही नाही; पण स्तब्धतेला फट तर पडायला हवी, म्हणून मी विषय काढला होता.

"अहो, या आडव्या आड लायनीवर धावणाऱ्या एस्टीत हे असंच चालतं. उगीच का गतसाली कर्नाटक एस्टीला दोन कोटींचा तोटा आला? चेकर लोकही कुठे कुठे या चालक-वाहकांना सामील असतात म्हणे!" अन् वाटेगावकरनं विचारलं, "बरं, तुम्हाला तरी त्यानं तिकीट दिलं ना माधवराव? की...?"

ऐकून धक्का बसल्यागत मी त्याच्याकडं पाहिलं आणि म्हटलं, "भलेऽ, तिकिटं तर तुम्ही काढणार आणि मग मी कशाला काढू हो?"

"अहो, मी तेव्हा अगदी ड्रायव्हरच्या केबिनजवळ आणि तेवढ्या दुरून कसा तिकीट काढणार? मला वाटलं, कन्डक्टरजवळ तुम्हीच आहात, काढाल तिकीट, नंतर आपण देऊ त्यांना पैसे!" आणि हॅ:ऽ हॅ:ऽ हॅ:ऽ! करून हसत तो म्हणाला, "जाऊ द्या. घ्या हो, माधवराव, एस्टीच्या चार कोटी रुपयांच्या तोट्यात..."

"चार कोटी नव्हे, दोन कोटी!" मी दुरुस्ती केली.

"हॅ:ऽ हॅ:ऽ हॅ:ऽ दोन काय, चार काय, सारं एकच हो सरकारला. अस्वलाला केस का कमी असतात? तसंच हो सरकारचं!" नि तो म्हणाला, "तर काय म्हणत होता– तर त्या दोन कोटी तोट्यात आपलेही सात-आठ रुपये मिळायला हवेत! हॅ:ऽ हॅ:ऽ हॅ:ऽ!"

नदीच्या काठावरून तिरका तिरका होत रस्ता पात्रात उतरला होता व अशा रस्त्यावरून सायकल मारायची मला सवयही नव्हती. बोलघेवड्या वाटेगावकरचं बोलणं ऐकता ऐकता काय होतं आहे, हे समजायच्या आतच माझ्या सायकलीचं चाक स्लीप झालं अन् मी सायकलसह डाव्या बाजूच्या घसरणीवरून कोलमडत सरळ नदीच्या पात्रात पडलो!

उन्हाळ्याचे दिवस असल्याने पात्रातून केवळ घोटाभर खोल होईल इतकंच पाणी वाहत होतं; पण पाण्याजवळ चिखलाने अंगावरील कपडे

मात्र नको तिथे (व नको तेवढे) राडरिबीट होऊन गेले!

आपल्या सायकलीवरून उतरून वाटेगावकर घसरणीवरून धावतच जवळ आला व माझा डावा दंड धरून मला वर उठवीत म्हणाला, "कुठं लागलं तर नाही ना, माधवराव?" अन् स्वगत पुटपुटावं, तसा बोलला, "लागल्याचं दुःख नाही; पण कपडे खराब झाले, हे मात्र वाईट! तुम्हाला आता गावातून कसं न्यायचं आणि तुमचं व्याख्यान कसं व्हायचं?"

मला लागलं असेल की नाही, याचं त्याला काही नाही; पण आजचा कार्यक्रम माझ्या व्याख्यानाविना बोंबलतो की काय, याचीच या लेकाला काळजी वाटत होती! परत वाटेगावकर बोलला, "असं करू– त्या पलीकडील काठावर आपण जाऊ!" आणि त्यानं विचारलं, "चालता येईल?" मी मान डोलावली व त्याच्याकडे पाहायचं टाळलं! खरं तर, या आकस्मिक प्रसंगानं माझ्या लेखकी प्रतिष्ठेचा पार बुद्याळबावचा झाला होता! खाली मान घालून मी पाय उचलला, तर डाव्या गुडघ्यातून कळ येऊ लागली! मुका मार बसला होता. इतर वेळी 'मुका मार' या शब्दातून चावट अर्थ काढीत हसलोही असतो; पण आज आतल्याआत वेदना सहन करीत होतो!

मी मान डोलावलेली पाहताच वाटेगावकर बिनघोरी होत म्हणाला, "गुड! तर आपण पलीकडच्या काठावर जाऊ; तिथल्या त्या आंब्याखाली तुम्ही घटकाभर बसून विश्रांती घ्या, तोवर मी गावात जाऊन तुम्हासाठी कपडे घेऊन येतो! कसे?"

"ठीक आहे!" मी म्हणालो व बाजूला पडलेली सायकल उभी करीत, ती पाण्यातूनच ढकलीत त्याच्या मागून चालू लागलो...!

पडल्याने गुडघा लचक्यांव-लचक्यांव करीत होताच, तरी तसाच चाललो...

पलीकडील काठावर कारवाड गावचा पाणवठा होता. गावातील बायका-पोरी धुण्या-पाण्याला पाणवठ्यावर येत होत्या. गावकरीही गुरंढोरं घेऊन त्यांना पाणी पाजायला वा धुवायला नदीवर येत होते. माझ्याकडे पाहून बायका-पोरी तोंडाला पदर लावून फिदीफिदी हसत होत्या आणि हेटावल्यागत होऊन, संकोचून मी त्यांची नजर चुकवीत होतो. गावकरीही 'वेगळ्या'च नजरेने मजकडे पाहत होते.

एकानं तर धीटपणे विचारलंही, ''मास्तरऽ, पावनं कंच्या गावचं हो?'' त्यांच्या 'मास्तर'नं माझ्या गावचं नाव सांगितलं, तसा तो खेडूत म्हणतो कसा,

''झेपत न्हाई तर एवढी 'घ्यावी' कशाला हो? बघा, कसं चिखलात पडून वड्डुरांच्या डुक्करागत लोळल्यात!''

''आगा, डोंगरेमामा, ते 'घेत' नाहीत गा! येतेवेळी त्यांची सायकल स्लीप झाली, आणि...'' वाटेगावकरानं सांगण्याचा प्रयत्न केला.

''म्हंजे तेच हो!'' डोंगरेमामा समजुतीच्या स्वरात म्हणाला, ''आसू द्या, आसू द्या. अहो, शारगावची मान्सं खेड्यात आली की, रुचिपालट म्हणून गुऱ्हाळ्यातल्या मळीपास्नं केल्याली कडक 'गावठी' घेत्यातच हो! अहो, बापयानं घ्यायची न्हाई तर काय बाईनं? आता कुठं कुठं बायकाबी घेत्यात म्हणं! आसू द्या, आसू द्या!'' आणि मिस्किलपणे हसत तो पुढ्यातील म्हशीच्या पाठीवर दगडाच्या चीपने घासत आपलं स्वच्छतेचं काम करू लागला.

पलीकडील काठावर गेल्यावर मी आंब्याच्या झाडाच्या बुंध्याजवळ बसलो. लोकांच्या कुत्सित वगैरे नजरा चुकवायला मी बुंध्याचा आडोसा घेतला होता! तरी वाटेगावकर गावात जाऊन दुसरे कपडे घेऊन येईपर्यंत दोघे-चौघे रिकामटेकडे (अन् अशांना खेड्यात तोटा नसतो!) माझी चौकशी करीत भोवती जमले होते व त्यांच्या बोचक-खोचक प्रश्नांना उत्तरं देता देता मी घामाघूम होऊन गेलो होतो!

अखेर एकदाचा वाटेगावकर गावातून कोरडे कपडे घेऊन आला व गावकऱ्यांच्या उलटतपासणीतून माझी सुटका झाली.

''मास्तर, पाव्हनं कुठलं? धारवाडचं का?'' त्यातील एकानं वाटेगावकरला विचारलं, महाराष्ट्रात ज्या अर्थाने ठाण्याचा उल्लेख होतो त्याच अर्थाने कर्नाटकात धारवाडचा! ठाण्यागत धारवाडलाही वेड्यांचं हॉस्पिटल आहे.

''हॅ:ऽ हॅ:ऽ हॅ:ऽऽ!'' वाटेगावकरलाही आता या गोष्टीचं हसू येऊ लागलं होतं, ''अहो, आमचे गेस्ट आहेत ते! शाळेतल्या समारंभाचे पाहुणे!''

''पावनं, आपुन आपल्या गावात असलो, म्हंजे कितीबी प्यावी, कुठं गटारीतबी लोळावं, चालतं! पन आसं परगावला आल्यावर पिऊन

पडायचं, लोळायचं यात तुमची काय इज्जत ऱ्हायली? आपुन कसं पोलमीनं ऱ्हावावं!''

अशा लोकांपुढे सत्य सांगूनही त्यांना खरं वाटलं नसतं! म्हणून मनातल्या मनात मीही चार-सहा इरसाल ग्रामीण शिव्या देत गप्प बसलो.

वाटेगावकरने आणलेले कपडे एवढ्या लोकांसमोर चढविताना मी संकोचून एवढाएवढासा होत होतो! ते कपडेही 'अंगापेक्षा बोंगा दांडगा' या चालीचे, म्हणजे खूप डग्गळ होते, त्यामुळे त्यात मी आणखीन 'ध्यान' दिसत होतो! अंगावरून काढलेले, चिखलाने राडेराड झालेले कपडे मी नदीतल्या पाण्यात खंगाळून, धुऊन-पिळून घेतले. येते वेळी जवळ काही थोडे पैसे असावेत, म्हणून वीसची नोट खिशात सारली होती, ती थोडी भिजल्याने उन्हात वाळविली अन् आम्ही गावच्या दिशेने निघालो.

वाटेगावकर गावातल्या मराठी शाळेच्या एका कोपऱ्यातील खोलीत तात्पुरता राहत होता. दोनेक मास्तरही त्या खोलीचा धर्मशाळेप्रमाणे वापर करीत होते. शाळा दुमजली होती व खोली माडीवर होती. खोलीत आल्यावर वाटेगावकर म्हणाला,

''माधवराव, आता तुमचे कपडे इथं वाळत टाका! रेडा कापला तरी वाळेल, असं कडक ऊन बाहेर पडलंय नि या कपड्यांचं तरी काय? समारंभ संपेपर्यंत ते वाळतातच. घ्या!'' अन् तो बोलला, ''आता असं करू – माझा जेवणाचा डबा मी येतेवेळी आणलाच आहे! आपण घासघासभर खाऊन घेऊ! तोवर शाळेला जायची वेळ होईलच!''

आम्ही जेवायला बसलो. वाटेगावकरनं केवळ स्वत:साठी आणलेलं ते जेवण, त्यात मीही भागीदार झाल्यामुळे दोघंही अर्धपोटी! बाहेर कुठं काही खावं म्हटलं, तर त्यात सात-आठ हजार वस्तीच्या गावात साधं हॉटेल वा खानावळही नव्हती!

जेवण आटोपल्यावर शाळेत आलो. स्टाफरूममध्ये आल्यावर वाटेगावकर उत्साहाने साऱ्यांशी माझी ओळख करून देत होता. वाटेगावकरने कोठूनशा पैदा केलेल्या त्या डग्गळ, सैलसर कपड्यांत मी खूपच बेंगरूळ दिसत असलो पाहिजे; कारण ओळख करून घेणाऱ्यांच्या चेहऱ्यावर फारसा उल्लास किंवा उत्साह दिसून येत नव्हता!

“कार्यक्रमाला अजून खूप अवधी आहे! दोन-तीन पीरिअड्स झाल्यावर मग अडीच-तीनला कुठे कार्यक्रम चालू होईल. तोवर तुम्ही इथे बसा!” वाटेगावकर म्हणाला व त्याने जवळच्या कपाटातील जुन्या मासिकांचा एक गठ्ठाच मजपुढे टाकला व म्हटलं, “तोवर हे चाळा हवं तर, म्हणजे वेळ निघून जाईल!!”

एवढ्यात शाळेची घंटा झाली. मुंबईतल्या राणीच्या बागेतील पिंजऱ्यातल्या प्राण्याकडे कुतूहलाने पाहिल्यागत पोरंही मघापासून बाजूच्या खिडकीच्या गजापलीकडून माझ्याकडे पाहून पाहून चालली होती. लेखक हा प्राणी असतो तरी कसा, याचं औत्सुक्य कदाचित त्यांना वाटत असावं!

“बरंय माधवराव, आता माझा तास आहे, तेवढा घेऊन येतो!” वाटेगावकर म्हणाला व निघूनही गेला...

असाच काही वेळ गेला. मी मासिक चाळीत बसलो होतो आणि पलीकडेच असलेल्या हेडमास्तरांच्या रूममधून पुढील सुखसंवाद कानावर आला, (शब्द अस्पष्ट असले, तरी संदर्भ लागत होता.)

“या वाटेगावकरनं हे कुठलं ध्यान पकडून आणलं आहे, कोण जाणे! तोंडावरील माशीही उडत नाही!” एखाद्याच्या परोक्ष त्याचे ओचकारे काढण्यातही एक प्रकारचं विचित्र सुख असतं, या दृष्टीनेही हा सुखसंवादच होता!

“आणि हे लेखक म्हणे!” दुसराच एक उपरोधी सूर उमटला, “अंगावरील कपडेही कुणा परटाकडून उसनवार आणलेले दिसतात!!”

“कथाकथन तरी करणार आहेत ना?”

“नाही! नुसतेच व्याख्यान देणार आहेत म्हणे!”

“मग आपल्या कार्यक्रमाचा बोऱ्या वाजलाच म्हणायचा! आपण तर गावभर देखील ‘सुप्रसिद्ध ग्रामीण विनोदी लेखकाचे कथाकथन’ अशी जाहिरातही केली होती ना! मग घ्या आता!” तिसराच एक वैतागी सूर उमटला, “गावातील काही प्रतिष्ठित लोकही येणार आहेत कार्यक्रमाला! नुसतं व्याख्यानच द्यायचे होतं, तर मग त्यासाठी लेखकच कशाला हवा होता? एखाद्या कॉलेजच्या प्राध्यापकालाही बोलावलं असतं तरीही चाललं असतं की!!”

“वाटेगावकरांनी द.मा. मिरासदारांशी संपर्क साधला होता. मिरासदार

म्हणजे काय महाराज! काय त्यांचं ते कथाकथन!! वा: वा:! पण आजच्या तारखेला ते उपलब्ध होऊ शकले नाहीत, म्हणून तर यांना...''

''हे मला आधी कळतं, तर मी नसतं का आणलं सांगलीच्या माझ्या मैत्रिणीला?'' हा कुणा शिक्षिकेचा आवाज होता.

''ती कवित्री आहे ना?''

''कवित्री नव्हे, कवयित्री! ती छान छान कविता करते, छान छान काव्यगायन करते, छान छान भाषणही देते, छान छान...''

पुढील सर्वच छान छान (सुख) संवाद सांगण्यात काही अर्थ नाही. या एवढ्याशा सॅम्पलवरून पुढील बोलण्याची कल्पना येतेही!

प्रत्यक्ष कार्यक्रम काय दिव्य झाला असेल, ते सांगणे नलगे! तसा मी भाषणात लाइट मूड ठेवला होता. मुलं खो: खो: करून सर्व वेळ हसत होती. भाषणात मी करीत असलेल्या विनोदांना (?) की बेंगरूळ पोषाखातील माझ्या ध्यानाला?– कोण जाणे!

माझं भाषण झाल्यावर हेडमास्तर समारोपाला उभे राहिले, 'सन्माननीय पाहुणे, उपस्थित गावकरी बंधू व विद्यार्थी मित्रहो, आजच्या आपल्या कार्यक्रमासाठी माधवराव मानकरांसारखे एक थोर मराठी ग्रामीण साहित्यिक लाभले, हे आमचं परम भाग्यच होय! ते आपली एखादी विनोदी कथा सांगतील, अशी अपेक्षा होती! पण, विनोदी भाषण करून त्यांनी आपला अगदी अपेक्षाभंग केला नाही (टाळ्या!). विनोदी लेखकांनी विनोदी भाषण, विनोदी पोषाख करून आलं म्हणजे ते भाषण आणखीन रंगतं, हे त्यांनी आपल्या उदाहरणाने दाखवून दिलं आहे! (प्रचंड हशा व टाळ्या!) या गोष्टीचा मराठीतील इतर विनोदी लेखक विचार करतील, तर त्यात त्यांचाच फायदा आहे. (सात मजली हशा). असो. मीही माझ्या भाषणात, छोट्याशा भाषणात, माधवरावांच्यासारखा लाइट मूड ठेवण्याचा प्रयत्न केला आहे! (हशा) तर आता भाषणाच्या शेवटी थोडा गंभीर होऊन बोलतो. (हशा) आम्ही आमच्या शाळेसाठी लाउडस्पीकरचा सेट खरेदी करणार आहोत. अशा कार्यक्रमांसाठी भाड्यापोटी दरवेळी रक्कम मोजून तालुका वा जिल्ह्याच्या गावाहून सेट आणावा लागतो. तेव्हा आपल्या शाळेचा हक्काचा असलेला बरा, म्हणून त्याकरिता विद्यार्थी वर्गाकडून थोडी थोडी वर्गणी जमा केली आहे, तर त्या रकमेत सन्माननीय पाहुण्यांनी आपलीही थोडीबहुत भर

घातली, तर त्यांची स्मृती शाळेत स्पीकर सेटच्या रूपाने कायमची राहील!!''

यावर मी (झक मारीत) उठलो व खिशातील ती (एकुलती एक!) वीसची नोट काढून तोंडावर उसने हास्य आणीत हेडसरांच्या स्वाधीन केली व म्हटलं,

''आपल्या हेडसरांनी आपल्या भाषणातील 'थोडीबहुत' या शब्दांपैकी 'बहुत' शब्दाला सफाईने बगल देऊन मी माझ्या कुवतीनुसार ही थोडीशी भर आपल्या रकमेत घालतो आहे, ती गोड मानून घ्यावी.'' आणि टाळ्यांच्या प्रचंड गजरात मी खाली बसलो! (या 'अशा' कार्यक्रमाच्या तडाख्यातून सुटलो एकदाचे, अशा आनंदाप्रीत्यर्थ पोरांनी खच्चून वाजविलेल्या त्या टाळ्या असाव्यात!)

कार्यक्रम संपल्यावर परत सायकलीवरून पलीकडील गावी आणि तेथून शेवटच्या साडेपाचच्या खच्चून भरलेल्या एस्टीने (उभे राहून) गावाकडे!

व्याख्यानाच्या कार्यक्रमाला जाणाऱ्या लेखकांना मानधन, प्रवासखर्च वगैरे देत असतात म्हणे! ते सारं मला सुखस्वप्नागत वाटत राहिलं.

आणि इकडे आमचे प्रकाशक मित्र म्हणत असतात, ''व्याख्यानांची आमंत्रणं लेखकांनी नाकारू नयेत. लोक बोलावतील तिथे आपण जायला हवं. यामुळेही लेखक लोकप्रिय होत असतो! या लोकप्रियतेचा फायदा त्याच्या पुस्तकांचा उठाव होण्यास होत असतो. जनसंपर्क टाळून आपल्या घरातच बसून राहिलं तर त्यांची पुस्तकं कोण विकत घेणार?''

लेकांनो, तुमची 'अंदरकी बात' ही तर! व्याख्यानाच्या गावी जाऊन-येऊन लेखकाची हालत 'शिंगरू मेलं हेलपाट्यानं' यासारखी का होईना; पण तुमची पुस्तकं खपून (तुमचंच) उखळ पांढरं व्हायला हवं!

यानंतर आठवडा उलटतोय, तोच टपालाने पुढील आमंत्रण आलं.

'सुपरस्टार लायब्ररी,
मिरज, ४२७४२०, भारत
Ref. No. – 80/495
Date – 9.10.93

प्रिय माधवरावसाहेब,

स.न.वि.वि.

आपण आमच्या ग्रंथालयात आपल्या सवडीने एक दिवस येऊन आपल्या व्याख्यानाचा लाभ आमच्या वाचकांस द्यावा, ही विनंती आहे.

आमच्या ग्रंथालयाने आजपर्यंत अनेक साहित्यिकांना बोलावून त्यांच्या व्याख्यानाचा लाभ शेकडो वाचकांना मिळवून दिला आहे. ग्रामीण भागातील साहित्यिकाचे विचार समाजाला द्यावेत, असा आमचा हेतू आहे. तरी आपण योग्य तो विषय निवडून आम्हास कळवावे व आमचे आमंत्रण स्वीकारावे. आमचे ग्रंथालय सार्वजनिक सरकारमान्य आहे. ग्रंथालयात ५००० ग्रंथ आहेत. रोज २००/२५० वाचक ग्रंथालयात येत असतात. ग्रंथालय रविवारी बंद असते. तरी आपण हा दिवस सोडून कोणत्याही दिवशी सायंकाळची वेळ आम्हास द्यावी. आमच्या संस्थेकडे मानधन देण्याची प्रथा नाही; मात्र आपला येण्या-जाण्याचा खर्च आम्ही जरूर देऊ.

तरी कृपया आपण आमच्या आमंत्रणाचा स्वीकार करावा व तसे आगाऊ १५ दिवस कळवावे, ही विनंती (पत्रातील चुका ते लिहिणाऱ्या व्यक्तीच्या!) कळावे.

आपली नम्र,
कु. सुनंदा हत्ती (असि. लायब्ररिअन)

कारवाडच्या हायस्कूलला व्याख्यान ठोकून येऊन (त्यांनी मानधन दिले नाही म्हणत ठोकत बसण्याला) आता वर्ष उलटून गेलं होतं. कशालासे जिल्ह्याच्या गावी गेलो होतो, परत येतेवेळी एस्टीत चढलो, तर आत कारवाडच्या हायस्कूलचे हेडमास्तर! मला पाहताच अख्ख्या

एस्टीभरच नव्हे, तर अख्ख्या स्टॅन्डभर ऐकू जाईल अशा आवाजात ते म्हणाले,

"या, या...! लेखकसाहेब! या...!!"

लेखक म्हटल्यावर पुढील बर्थवर बसलेल्या किमान अर्धा डझन 'सिटां'च्या माना मागे वळल्या! पुस्तके लिहिणारा प्राणी असतो तरी कसा? त्यांच्या डोळ्यांत कुतूहल असावं! कुठल्या तरी वाचनालयाचे हे एवढेच सभासद असावेत, साहित्यप्रेमी वगैरे. बाकीच्या 'सिटां'च्या लेखी लेखक काय नि रद्दीचा व्यापारी काय, दोन्ही सारखेच!

"या, या, या, केशवराव, इकडे जागा आहे!" हेडसर म्हणाले. ते बसले होते, त्या बर्थवर त्यांच्या शेजारी रिकामी जागा होती तीवर बसत मी म्हणालो,

"केशवराव नव्हे, माधवराव म्हणतात मला!"

"सॉरी, आपलं नाव विसरलो बघा!"

"चालायचंच, म्हातारचळ आहे!" काही गफलत झालीय हे कळताच परत दुरुस्ती केली, "सॉरी, म्हातारपण आहे!!"

"आता काय हो, रिटायर्ड व्हायला एक वर्ष उरलंय! पण, त्यापूर्वी या वर्षीचा दहावीच्या विद्यार्थ्यांचा निरोप समारंभ खूपच धूमधडाक्यात पार पाडणार! सगळ्या गावकऱ्यांना त्याची आठवण राहावी! तेव्हा केशवराव, सॉरी, माधवराव, तुमच्या ओळखीचे कुणी बडे लेखक असले तर सांगा, बोलावू!"

"बडे लेखक कमीत कमी एक हजार रुपये मानधन घेतात! येण्या-जाण्यासाठी त्यांना तुम्ही टॅक्सी पाठवावी लागते किंवा प्रथम वर्गाचं तिकीट द्यावं लागतं आणि तुम्हाला तर लेखकाला मानधन द्यायचं असतं, हे ठाऊकही नाही!"

"असं म्हणू नका केश... सॉरी माधवराव, आम्ही तुम्हाला देखील आमच्या कुवतीनुसार पाकिटात घालून मानधन म्हणून एक्कावन्न रुपये दिले होते! तुमचा काही तरी गैरसमज होतो आहे!"

"काही गैरसमज वगैरे झालेला नाही, म्हातारपणामुळे तुमचीच आठवण दगा देत असेल पाहा!"

"नाही माधवराव, मी पाकिटात घालून तेवढी रक्कम वाटेगावकर सरांच्या हाती दिलीच होती– तुम्हाला मानधन म्हणून! देवाशपथ हो!"

"पण वाटेगावकरांनी तर काहीच दिलं नाही मला!"

"काय माणूस तरी!" आश्चर्य वाटून हेडसर म्हणाले, "या गोष्टीचा मी त्यांना खडसावून जाब विचारला असता हो! पण तो आमच्या हायस्कूलमध्ये सध्या आहे कुठे? एम.ए. एम.एड. झालेला माणूस हायस्कूलमध्ये टीचर म्हणून किती दिवस टिकणार? तर तो या वर्षीपासून कुठल्याशा तालुक्याच्या गावी निघालेल्या ज्युनिअर कॉलेजात लेक्चरर म्हणून गेला!" आणि मन लावून खुदूखुदू हसत हेडसर म्हणाले, "आणि तुम्हीही केशव... सॉरी माधवराव, थोडे भोळसटच आहात, म्हणून तर वाटेगावकरानं तुम्हाला टिंबकटू केलं!!"

फसविलं जाणं, मामा करणं, शेंडी लावणं, चुना लावणं आदीला हेडसरांनी योजलेला 'टिंबक्टू' हा शब्द कुठल्या भाषेतला होता कोण जाणे!! त्यामुळे माझ्या तोंडून अभावितपणे प्रश्न बाहेर पडला,

"टिंबकटू?"

वाटेगावकर बनेल होता, की हा हेडसर? खरं कुणाचं? खोटं कुणाचं? हे समजायचं तरी कसं?

संभ्रमात पडल्यावर माझा चेहरा पाण्यात भिजलेल्या उंदरासारखा होतो! त्यामुळे असेल, माझ्याकडे पाहात खॅ:ऽ खॅ:ऽऽऽ करून घोड्यागत खिदळत हेडसर म्हणाले,

"होय, टिंबकटू!!"

◆

# लावलं क्याळ, आलं रताळ

"काय काशीबा, काय चाललंय?" वर्कशॉपमध्ये आल्या आल्या बोंगार्डेचा हा सलामीचा सवाल असे. तो आला, की वर्कशॉप भरगच्च दिसायचं. उंच, डब्बल हाडापेराचा व धिप्पाड बांध्याचा, पन्नाशी ओलांडलेला बोंगार्डे नुकताच तालमीतनं वस्तादगिरी करून आल्यागत वाटायचा.

वर्कशॉपमध्ये काशिनाथ लोखंडी कॉट, खुर्च्या, टेबलं, भांडी, ताटं आदी ठेवण्याची रेकॉर्ड्स वगैरे वस्तू तयार करण्याच्या उसाभरीत असायचा. इलेक्ट्रिक वेल्डिंगचं एक मशीन, एक इलेक्ट्रिक ड्रिल मशीन, एक सेगरा, इमरी, ऐरण आदी त्याच्या धंद्याला लागणाऱ्या वस्तू गॅरेजमध्ये होत्या. लोखंडी पट्ट्या, अँगल्स, सळ्या वगैरे मटेरिअलही एक कोपरा अडवून होतं.

वर्कशॉपच्या भिंतीकडेला तीन फूट उंचीचं व तितकंच लांब-रुंद असं एक बैठं टेबल होतं आणि त्यावरच सेगराही फिट केला होता व टेबलची उरलेली बरीच जागा मोकळी असे, बोंगार्डेची तीच बसण्याची जागा! तो येऊन टेबलवर आलकट-पालकट घालून बसला की ते टेबल भरून जाई!

वर्षभरापूर्वी बोंगार्डेला घरी, ताट, वाट्या, डबे असं सामान ठेवण्यासाठी म्हणून रेकॉर्ड करून हवं होतं. काशिनाथही तेव्हा आय.टी.आय. कोर्स पूर्ण करून शिरोली, कोल्हापूरच्या

एम.आय.डी.सी.मधील एका कारखान्यात वर्षभर वेल्डरची नोकरी केल्यावर, गावी येऊन बँकेचं लोन काढून नुकतंच हे वर्कशॉप थाटून बसला होता आणि हे नवं-नवं गिऱ्हाईक सोडा कशाला म्हणून अगदी स्वस्तात त्यानं बोंगार्डेला रेकॉर्ड करून दिलं होतं. तेव्हापासून या बोंगार्डेची वर्कशॉपमध्ये वहिवाट होती. बोंगार्डे गावातल्या तंबाखूच्या वखारीतून हमालीची कामे करी. मजूर बायकांकडून प्रोसेसिंग करून चाकी केलेला तंबाखू पोत्यात भरणे, अशी तयार पोती ट्रकात भरून बाहेर पाठविणे किंवा भोवतालीच्या शेकडो खेड्यांतून प्रोसेसिंगसाठी आलेले तंबाखूचे बोद ट्रकातून वेअरहौसमध्ये उतरविणे आदी हमालीची कामे त्याला करावी लागत. आठ-दहा, आठ-दहा हमालांचं एक एक टोळकंच असे. कामं केव्हा केव्हा खंडून घेत व आलेले पैसे वाटून घेत! काम नसे, तेव्हा बोंगार्डे वर्कशॉपमध्ये येई व काशिनाथबरोबर गप्पा ठोकत बसे.

वर्कशॉपसमोरून गेलेला रस्ता दीड-एक कासरा दूर गेल्यावर एक वळण घेऊन गवत मंडईच्या सखलाटीत सूर मारून पुढे निघून जात असे. त्या ऐन मोक्याच्या वळणावर वारयोषितांची वस्ती होती. तारुण्याच्या वळणावरील वयातील मुलं 'या' वळणावर वाट वाकडी करून येत अन् महिन्याभरात वाकडं चालायला लागून, एखाद्या आडवळणावरील अपरिचित डॉक्टरकडे जाऊन ढुंगणात सुया खूपसून घेत राहत! या वस्तीत तीन-चार घरवाल्या व त्यांच्या येथे धंदा करणाऱ्या डझनाहून अधिक पोरी व बायका होत्या. शिवाय साठ-सत्तर हजार वस्तीच्या या गावातील काही रंगेल आषूक-माषूकही येथे येत व इथल्या खोपटातील खोलीचा रंगमहाल करून घरवालीच्या कमाईत भर घालून जात!

आजही "काय काशिबा..." अशी सलामी ठोकत बोंगार्डे वर्कशॉपमध्ये आला, तेव्हा काशिनाथची कळी खुलली. हा बोंगार्डे आला, म्हणजे वेळ कसा मजेत जातो, कसला म्हणून तो कंटाळा येत नाही! बोंगार्डे आहेच गमत्या.

"या बोंगार्डेमा, बसा!!" काशिनाथनं म्हटलं. आता तो समोरच्या ऐरणीवर हातातल्या छन्नी-हातोडीने अँगल तोडीत बसला होता. बोंगार्डे आत आल्याचं पाहताच त्यानं हातातलं काम थांबविलं. "कुठं हाय हो पत्त्या दोन दिवस?"

"जरा काम लागलं हो अण्णाच्या वखारीत! कवा-कवा लागतीया म्हणा! सातजणांचा मेळा व्हता! परतेकाला धा-धा रुपय वाटणीला आलं म्हणंनासा! काय करता? बसल्यापक्षी हे बरं!"

तोवर बोंगार्डेची नजर वर्कशॉपबाहेर ठेवलेल्या डबल कॉटकडे गेली. तसं त्यानं विचारलं,

"काशिबा, ही कॉट कवा खपायची हो? आठवडा तर हून गेला आसंल करून, न्हाई?"

"व्हय तर! जरा धंदाच मंद हाय नि काय!"

"बरं आसूं दे मंद. घ्या! या, पान खावा या!!" नि बोंगार्डेनं मुंड्याच्या खिशातली चंची काढली...

तसा काशिनाथ ऐरणीजवळून उठला व बोंगार्डे ज्या सेगऱ्याच्या टेबलवर बसला होता, तिथे लगतच काशिनाथनेच स्वत: केलेली लोखंडी खुर्ची होती, तीवर बसला. तशी बोंगार्डेनं अडकित्त्यानं कराकरा सुपारी कातरली व काशिनाथच्या हातावर ठेवली. काशिनाथनं तिची फक्की मारली नि पानासाठी हात पुढं केला. चंचीतल्या प्लॅस्टिकच्या छोट्याशा पिशवीत हिरवीगार, कोवळी पानं होती, त्यांतील दोन पानं ओढून त्यावर डबीतला चुना व काताच्या खड्यातील कात बोंगार्डे टाकत आहे, तोवर कानांवर आवाज आला,

"क्वाट केवढ्याला हो द्यायचा ह्यो?"

दोघांनी आवाजाच्या दिशेने माना करून पाहिलं, तर बाजूच्या वारयोषितांच्या वस्तीतली बाई! चाळिशीच्या पक्व उमरीची, आडवी-उभी गच्च भरलेली, कासुटा नेसलेली, गोरीपान बाई!! मांजरीगत बदामी डोळ्यांची!!

"हिराबाई, तुला कशाला क्वाट गं? तुज्या भक्त लोकांना भुई चालत न्हाई का काय?"

"ये, आत तर ये! आसा भाहीरनं सौदा पटायचा कसा?"

बोंगार्डेनं असं म्हणताच ती आत आली. त्याची जरा घसट दिसत होती, त्यामुळंच त्यानं म्हटलं,

"घे, पान घे!!" आणि काशिनाथसाठी केलेलं पान त्यानं तिच्या हातावर ठेवलं.

ते पाहून काशिनाथनं आपला हात मागे घेतला! त्वरेने बोंगार्डेनं

सुपारी कातरली, तिच्या हातात ठेवली. ती तोंडात टाकून परत तिनं हात पुढे करताच त्यानं चंचीतल्या कप्प्यातली तंबाखूची एक चिमूट तिच्या हातावर ठेवली. ती तशीच हातात धरून तिनं विचारलं,

"मग काय सांगितलं क्वाटचं? काय मेस्त्री?" आणि तिनं काशिनाथकडं पाहिलं व हातातली तंबाखूची चिमूट तोंडात सारली.

"कॉटचं व्हय, साडेपाचशे सांगितल्यात!" काशिनाथ.

"साडेपाचश्यात ह्येच्यासंगं आनि एक क्वाट देणार हैसा काय? मला ह्यो योकच क्वाट पायजे. वट्टात सांगा! उगंच लांब ढलपा नको...!"

"बरंऽ पाऽशें द्या!!" काशिनाथ म्हणाला नि तोवर बोंगार्डेनं दिलेलं पान त्यानं तसंच चिमटीत धरलं.

"मी बोलू काय, वट्टात चारशे देतो...!"

"छे! चारश्यात काय ऱ्हात न्हाई आम्हाला! आनि ह्यो काय शेंदरी पट्ट्या लावून 'लाव लिजाव टिमकी बजाव' असा केल्याला क्वाट न्हवं! लोखंडी पट्ट्या कशा लावल्यात, बघताच न्हवं?"

"आता मी सांगू काय, हिराबाई! पंचवीस कमी दे, आनि न्हे जा की!!" स्वत:साठीही शेवटी पान बनवीत बोंगार्डे म्हणाला व जग गेलं खड्ड्यात अशी तंद्री लावत त्यानं ते दाढंखाली धरलं व चंचीतली तंबाखूची चिमूट वर आढ्याकडं तोंड करून अलगद आत सोडली.

"येवार ठरंल आसं काय तरी बोला की! म्या काय गुजरीन न्हवं, म्हामुरी पैसा थैलीत आणलाय म्हणायला! आता शेवटचं सांगू का? रुपयं साडेचारशे देतो... काय...?"

"बरंऽ!" नाइलाज व्हावा, तसं तोंड करीत काशिनाथ म्हणाला. खरं तर त्यानं अशा डब्बल कॉट्स साडेचारशेपर्यंत काही विकल्याही होत्या. त्याला अनुभवानं माहीत होतं की, बाई माणूस चौकशी करीत आलं की थोडी जास्तच किंमत सांगायची, म्हणजे घासाघासी करण्याच्या बायकांच्या स्वभावामुळे उतरत उतरत आपणाला योग्य दरात गिऱ्हाईक पटतं! असं केलं तरच कुठं त्याला कॉटमागं ५०/६० रुपये सुटत!

"मग ठरलं तर!" हिराबाई म्हणाली, "मागनं हमाल आणून न्हेतो क्वाट!!" अन् आठवण यावी तशी ती परत म्हणाली, "आनि एक सांगायचं ऱ्हायलंच!! क्वाट न्हेता वख्ती मी दोनशे रुपय् देणार आनि

बाकीचं मागनं फेडणार...! काय बोंगार्डेमा...?''

''जा की घिऊन!'' बोंगार्डे आपल्या काकाचंच वर्कशॉप असावं, तसा बोलला, ''तू काय बुडविणार हैस पैसे?''

या आगाऊपणावर काय बोलावं ते काशिनाथला समजेना! तो मिकीमिकी बोंगार्डेकडं पाहतच राहिला! तसा बोंगार्डेच परत म्हणाला,

''काशिबा द्या की झाडून! क्वाट काय नुस्ती 'शो'ला केलीयासा? का धार काढणार हैसा रोज तिची? अहो, कितीबी झालं तरी ह्यो इक्रीचा माल! गिऱ्हाक आलं की धा-पाच हिकडं काय, नि तिकडं काय, द्यायची फुकून न् मग दुसरी करून ठेवायची, हाय काय त्यात!!''

काशिनाथला वाटलं, बायली, ह्येला सारं सोपंच वाटतंय! पण, तसं बोलून न दाखविता तो म्हणाला,

''ते सारं खरं गा बोंगार्डेमा, पन पैशाचं...''

यावर हिराबाई लाडिकपणे म्हणाली,

''फेडतो म्हटलोय नव्हं, का जातोय कुणाबरोबर पळून?''

''तुला आनि कोण पळवून न्हेणार हिराबाई!'' बोंगार्डेला परत मध्येच बोलायची हुक्की आली, ''ह्या म्हागाईच्या दिसांत घरचंच सांभाळायचं मुश्कील, नि ह्ये भाहिरलं इंजान कोण सांभाळणार?'' आणि काशिनाथकडे पाहत तो म्हणाला, ''काय कुचंबू नको काशिबा, दे जा क्वॉट! काय पैसे कुठं जात न्हाईत! फेडतो म्हंती न्हवं, मग झालं की!!''

''बोंगार्डेमा तुम्ही एवढं द्याच म्हंता तर तुम्हीच जामीन ऱ्हावा, देतो! कसं...?''

''हां, हां, त्यात काय, मी ऱ्हातो जामीन, टाका दिऊन!'' बोंगार्डे बेफिकीरपणे म्हणाला.

तसा काशिनाथ हिराबाईला म्हणाला, ''बऽरं तर, न्ह्या जावा, हमाल आणून कवाबी!''

''येतो, घटकाभरात!'' हिराबाई म्हणाली व निघून गेली.

थोड्या वेळाने तिने ढकलगाडीवाला हमाल आणला. हमालाने कॉटची घडी करून ती गाडीत टाकली. हिराबाईने दोनशे रुपये काशिनाथच्या हातात ठेवीत म्हटलं, ''क्वाट काय मला न्हवं, तर भ्हनीच्या लेकीचं

लगीन हाय हिटणीला!! लग्नात जावायाला द्याचा हाय ह्यो क्वॉट!''

''चांगली गोष्ट हाय!'' बोंगार्डे अजूनही वर्कशॉपमध्ये होता, तो म्हणाला, ''माय मरो, मावशी उरो, म्हंत्यात त्ये काय उगंच व्हय?''

''आवं पाठीला पाठ लावून आल्याली भ्हन म्हंजे काय न्हाई थोडं तरी कराय् पायजेच, व्हय् का न्हाई?''

''हाऽ रे हा!! बरोबर हाय!!'' बोंगार्डेनं मान डोलावली.

''जातो!'' हिराबाई म्हणाली, न् मग ती हमालाला उद्देशून बोलली, ''चल गा!!'' अन् निघून गेली...

तसा इकडे काशिनाथ म्हणाला,

''बायली, धंदेवाल्या बायकांच्या भ्हनीच्या पोरींचीसुद्धा लग्नं हुत्यात! काय जमाना आला!!''

''काशिबा, उलटा जमाना म्हनायचा ह्यो! तमाशातल्या वगात म्हटलंयच न्हवं– 'कशाचा कशाला ऱ्हायला न्हाई मेळ, लावलं क्याळ, आलं रताळ!' कसं?''

''तमाशाचा बी नाद केलाईसा म्हणा, बोंगार्डेमा!''

''चिक्कार!!!'' आणि रंगात येऊन बोंगार्डेमा सांगू लागला, ''कोल्ल्हापुरातल्या शाहूपुरीत व्हतो तवा आठवड्यातनं एक-दोन रोज तरी हाटकून तमाशाला!!''

''शाहूपुरीत आनि कशाच्या कामावर व्हता?''

''हमालीच्या की! आमाला कोण बालिष्टर करणार काय?'' आणि बोंगार्डे म्हणाला, ''आगा तमाशाच का, सिनिमातबी कामं केल्यात! सवड गावली की तिथल्या स्टुडिवोत जायाचं, नि एक्स्ट्रा म्हणून काम करायचं! हौसंना गा!! आता तुमीही 'पिंजरा' बघिटलाय का न्हाई? त्यात संध्या लावणी म्हणतान मान डोलवत पब्लिक बसल्यालं आस्तंय, त्यात मीबी येक व्हतो! त्याशिवाय आनि दोन-तीन सीनमदी व्हतो गा, पन ते कट् झालं! 'पिंजऱ्या'शिवाय तवा आनि एक पिच्चर निघालंतं 'कसं काय पाटील बरं हाय का' म्हणून, त्यात तर माजं चिक्कार काम व्हतं! पयल्या रांगंला मीच हाय! हिकडं राजशेकर नि वसंत शिंद्या नि जवळच मी! त्यात दौलतजादा करायच्या सीनमदीबी मी व्हतो. डोस्कीवरल्या कोश्या पटक्याचा शेमला असा उजवीकडनं डाव्या खांद्यावर टाकून, हातात धाची पत्ती धरून स्टेजजवळ गेलो, नि टेसात म्हटलं, 'हिचं

काय म्हंन्न हाय, ठासून-घोळून झाली पायजे!''

''हावळापना लै केलाईसा म्हणा की!''

''तऽर!!'' बोंगार्डे म्हणाला, ''कोल्हापुरात मारामाऱ्याबी लै केल्या! तिथं ह्या दादाची यरिया अल्लग, त्या दादाची अल्लग, आसं हाय!

''हातात सायकलीच्या चेना, तलवारी, लाठ्याकाठ्या घिऊन कुठनं कवा येतील नि धपाधपा बडवून भाताची लोंबं आडवी केल्यागत, कवा आडवं करतील, हे काय सांगता यायचं न्हाई!!''

''ही बया उरल्यालं पैसे तर दील न्हवं?'' काशिनाथ आपल्याच फिकिरीत!!

''न्हाय् दिली तर आपन फेडून घ्यायचं! 'फेडून टाकतो' म्हटलीयाच न्हवं तिनं?'' खो: खो: हसत बोंगार्डे म्हणाला, नि मग् अम्मळशानं समजुतीच्या स्वरात तो बोलला, ''देतीया घ्या; काळजी करू नका!! 'अश्या' बाया येवाराला चोख आसत्यात!!''

''बायलाऽ आज पयलं बॉनीचं गिऱ्हाक लागलं तेबी धंदेवाल्या बाईचं!!''

''आपल्या धंद्याला लागावं हो आसलं गिऱ्हाक् बॉनीचं; बरकत आस्ती! चांगलं ते! लग्नात कसं जोगतिणीचा पयला मान तोरण बांधायचा– लगीनघराला, ते कसं शुभ आस्तंय, तसचं गा हे!! म्हणून, पयलं बॉनीचं गिऱ्हाक जर अशा बाईचं झालं, तर ते चांगल आस्तंय, बरकत देणारं आस्तंय, आसं म्हणत्यात!!''

''आज बघू याची की परचिती!!'' असं म्हणत काशिनाथ आपल्या हातातलं काम करू लागला...

यानंतर आठवडा उलटला, तरी कॉटची राहिलेली बाकी काही परत येण्याचं लक्षण दिसेना, तसा काशिनाथ मनोमन अस्वस्थ झाला. नेहमीसारखा 'काय काशिबा, काय चाललंय?' असं विचारत बोंगार्डे येऊन टेबलवरील आपल्या नेहमीच्या जागी बसला. तेव्हा त्यानं एवढंसं तोंड करून विचारलं,

''बोंगार्डेमा, 'त्या' बाईची काय लक्षणं बरी दिसंनात की गा!''

''घ्या! आता लक्षणावर आलं! काबा, करून घेणार हैसा काय तिला!''

''माजं लगीन झालंय दोन वर्सांमागंच!''

"तर मग तशीच 'ठेवून' घ्यायचा इचार दिसतोय?"

"करा थट्टा गरिबाची! पैशाचं हो! ही अशी गिऱ्हाकं भेटायला लागली, तर धंदा कसा करायचा? मान्साची ही सारी धडपड कशासाठी? पोटासाठीच काय न्हाय?"

"अहो, या रस्त्यानं दिवसाची धा येळा ती बया 'नीता पान शॉप'कडं पान खायाय जाती, पन हिकडं आता ती ढुंकूनही बघंना!!

अहो, कितीबी झाली, तरी बाई माणूस ती; रस्त्यात आडवून इचारायचं कसं?

"त्यातनं कुठलं तुजं पैसं?" म्हणून उलट ती बया तंडायला लागून लोकं जमा करू लागली तर? आपलीच का न्हाई बेआब्रू! लोकं म्हणणार, दोघांचं झेंगट हाय तवाच...!"

"म्या इचारतो घ्या! तुमचं भांडवल काय फुकट हाय व्हय!"

बोंगार्डे असं म्हणतोय, तोवर बोलाफुलाला गाठ पडली! जिचा विषय चालला होता, तीच समोरच्या रस्त्यावरनं चाललेली दिसली! तशी बोंगार्डेनं आपल्या गोळीबंद आवाजात हाळी घातली,

"येऽ हिरा! आगं ये हिराबाय!"

तशी ब्रेक लागल्यागत हिरा रस्त्यावरच थांबली व आशीर्वाद दिल्यागत उजवा हात दाखवून म्हणाली,

"दम खावा, आलोच– कोपऱ्यावरल्या गाड्यावर 'च्या'ची आरडर सांगून!!" आणि निघून गेली. तसा वैतागाने काशिनाथ म्हणाला,

"गेली न्हवं बया चुना लावून!!"

"आता चुनाच म्हणशीला तर बाईची जात तशी पटाईतच आस्ती चुना लावायला!! धा जणांस्नी झुलवत ठेवायचं नि कुना आक्राव्यालाच जवळ करायचं!" बोंगार्डे म्हणाला, "म्या काय म्हंतो, जरा दमानं घिवू या. आपलं घोंगडं आडकलंय, ते बी बाईच्या बुडाबुडी! नि ती बाईबी कसली, तर बारा गावचं पानी प्यालेली– धंदेवाली!! तवा जरा गोडीगुलाबीनं घिऊ या! आपुन एकदमच आडीच कांड्यावर आलाव नि तिनं काखा वर केली तर?"

"हांऽ रे हांऽ! तेबी खरंच हाय!!"

तोवर हिराबाईच वर्कशॉपमध्ये आली! आली नि त्यांना काही बोलू न देता तीहूनच बोलू लागली,

"हे बघा, मला आठवणीत हाय..."

बोंगार्डे म्हणाला, "बिचारा किती रोज वाट बघायचा! त्या बिचाऱ्याची उगंचच गुंडी आडकून टाकलीयास व्हय्?"

"फेडतो, पन हप्त्याहप्त्यानं! एकदम काय फेडनार न्हाई!" असं ठाम आवाजात बोलून ती म्हणाली, "एकदम फेडायला आमचा धंदा तर तेजीत हाय व्हय गा! त्यात आनि आता पावसाळा सुरू झाला! गिऱ्हाक तर कुठं हाय मायंदाळ?"

"मग ही बिन लग्नाची पोरं, बायका बाळतपनाला गेल्यालं नवरं ही सारी वाडिंग्याची जत्रा उबीला पडायला जातीया कुठं? रातीला तुमचाच तर त्यास्नी आधार!!"

"ते झालं गा!! पन चलन नको मान्साकडं? ह्या पावसुळ दिसात जरा तंगीच आस्ती का न्हाई...?"

"ह्या काशिबाचा माल, तू घेनार, मी जामीन; म्हंजे मदल्यामदी माजं मरान्! पावसुळा झाल्याशिवाय पैसे द्याची तुजी काय लक्षणं दिसत न्हाईत!"

"हां, हां, आसं बोलू देणार न्हाई बोंगार्डेमा!" नि चोळीतल्या नोटा काढीत ती म्हणाली, "आज पन्नास देतो! आनि म्होरं जमंल तसं पन्नापन्नासानं फेडत ऱ्हातो! एकमुरी द्यायला मला जमलं तर व्हय गा बोंगार्डेमा...?"

यावर मूकपणे काशिनाथने बोंगार्डेकडे पाहिलं, तसं बोंगार्डेनं मानेनं खुणावून 'घेऊन टाक' असं सुचविलं.

"बरं, द्या तर!" काशिनाथ तिला म्हणाला.

तशा तिनं त्याच्या हातावर नोटा ठेवल्या. यावर बोंगार्डे म्हणाला,

"आगं, मोजून तरी दे! येवार हाय हो! कमी-जास्ती आसत्यात-संवरत्यात!!"

"म्या मोजून ठेवलंतं तुम्हास्नी क्वाटंचं द्यायला म्हणून! न्हाय् तर 'ती' काय पैसे ठेवायची माजी कायमची जागा व्हय्!"

"बरोबर हाय! तिथं पैसे ठेवल्यावर ते कुणा तरी गिऱ्हाकाच्याच हाताला लागणार! खॅ:ऽ खॅ:ऽ खॅ:ऽक्!!" अन् बोंगार्डे घोड्यागत खिंकाळू लागला.

"चल, जा बा तिकडं!!" कृतक्कोपाने बोंगार्डेकडे एक कटाक्ष

टाकून लाजल्याचा अभिनय करीत ती म्हणाली,

"म्हातारा होत आला तरी...!!"

"आगं, वठल्याला खोडालाबी कवा कवा पालवी फुटतीयाच की!!" डोळं मिचकावत चावटपणे बोंगार्डे म्हणाला.

आणि ते ऐकून खोऽक् करीत काशिनाथही हसू लागला...

"का बा, तुला का हसू आलं? आमचं म्हाताऱ्यांचं बघून!! आम्हास्नीबी कवा कवा 'हे' हुतंयच की गा!!"

"बरं तर, जातो आता! ध्येनात ऱ्हावू दे– रुपय् पन्नास दिलं!!" असं बजावून ती निघून गेली. तसा बोंगार्डे म्हणाला,

"बराय, काशिबा, उठा की आता– दूध पाजावा चला, मिठाईचं दुकान काय लांब न्हाई! कसंबी करून पन्नास तर वसूल करून दिलं! म्होरलं हरी ईठ्ठल!!"

"म्हंजे काय न्हाई, चला दूध द्या, चला!!"(कॉपी सुटली?)

"आता माजीच काढा धार!!"

"तुम्ही दूध दिला तर गवळ्याचं रेडंबी दूध देत्यात म्हणण्यासारखं हाय! चला, द्या चला!!"

तब्बल दोन-तीन आठवडे उलटले, तरी बोंगार्डे कुठे फिरकलाच नाही आणि मग असाच एकदम तो धूमकेतूगत प्रकटला, "काय गा काशिबा, काय चाललंय?" अशी सलामी देत नेहमीचं सेगऱ्याचं टेबल त्यानं आडविलं,

"कुठं हाय गा पत्त्या, इतकींदी?' काशिनाथनं चौकशी केली.

"मर्दा, काय सांगू माजी तऱ्हा? हौसंला मोल न्हाई म्हणून सायकल घेटली सेकण्डह्यांड. साडेतीनशाला! बऽर, घिऊन गप्प तर बसलोय् मी! सायकलीवरनं मुरगुडला गेलो पावन्याच्यात! तिकडनं आलो, नि पाय भप्प सुजलं नि वर थंडी-ताप! आगदी कसारच मारून आली म्हनंनासा! हातरून घालून मुरगाळून पडलो, रुपय शंभर घाटलं– डॉक्टरला, औषीदाला, तवा कुठं हिंडायला लागलोय म्हणंनासा आज!"

"म्हंजे, काय न्हाय काय तरी नाद हायच म्हणा की! आदी काय ट्रॅन्झीस्टर घ्यायचा, थोडं दिवस वापरायचा नि मग इकून टाकायचा सपाटा लावलासा! मग काय, सेकण्डहॅन्ड घड्याळं घ्याची, वापरायची नि गिऱ्हाक आल्यवर इकून टाकायची, हे ध्यार केलासा! आनि आज

हे सायकलीचं!!"

"मान्साला काय न्हाय काय तरी पायजेच हो नाद! आता ह्याबी सायकलला हाय याक गिऱ्हाक! देतो झाडून नि घेतो दुसरी!" आणि बोंगार्डे म्हणाला, "आपलं ख्वॅट गिऱ्हाक काय म्हंतंय्? आपली हिराबाई हो?"

"हां, हां!!" काशिनाथची ट्यूब पेटली, "ती व्हय?"

"व्हय 'ती'च! का आनि कुणी दुसरी आलीया 'त्या' वस्तीत? न्हाई न्हवं!!"

"फेडतीया की पैसं!"

"आजून पन्नास आडकल्यात!!"

"मग काय जास्त न्हाई, कवाबी फेडून टाकंल! न्हाय् तर तुम्ही जाऊन फेडून घ्या की!"

"तसं करायचं आस्तं तर कवाच केलं आस्तं!"

"बरं, इचारतो घ्या मी; उठा आता!!"

"कशाला?"

"दुधाला! आज्यारी पडल्यापास्नं लै हाप्तं चुकल्यात, चला!!" बोंगार्डे बोलला, "दूध पिवून इवू या; तंवर मैना लकार्णी मारंलच पान खायाय, न्हाय तर गाड्यावरचा च्या प्यायला; तवा हाटकू या ग्यारेजात नि इच्यारु या बाई, कसं-कसं? कवा? म्हणून! त्यात काय! चला!!"

जवळच्याच 'राम स्वीट मार्ट'मधून सिंगल-सिंगल दूध मारून आले. आल्या आल्या बोंगार्डेनं चंची सोडली. अडकित्त्यात सुपारी घालतोय, तोवर समोरच्या रस्त्यावर हिराबाई दिसली! तशी त्याने हाळी घातली,

"आगं येऽ हिरा, ये की, पान तर खा, ये!!"

तशी हिरा थांबली, नि आत येता येता म्हणाली,

"पानपट्टीच्या दुकानाकडंच चाल्लोतो! हितंच पान मिळालं, तेबी फुकटात, म्हंजे देवच पावला!!"

"देवच कशाला पावायला पायजे! आनि कोण कोण पावतंय की ईळभर! खॅ:ऽखॅ:ऽखॅ:ऽ! घे, सुपारी घे!!" आणि कातरलेली सुपारी बोंगार्डेने तिच्या हातावर ठेवली; न् मग म्हटलं, "काय बाई तुजी भालगड?"

"भालगड कसली?" तिनं विचारलं, "भालगड गरती बायका करत्यात– एक दाल्ला नि धा यजमान! आम्ही कशाला कराव गा भालगड! आमचा सगळा खुल्ला कारभार!!"

"तसं न्हवं हिरा! आगं, किती दिवस थांबायचं काशिबानं?"

"फेडाय् लागलोय् न्हवं जमंल तसं!" बोंगार्डेनं दिलेलं चुन्याचं पान दाढंत धरत ती बोलली, "आता निस्तं पन्नास ऱ्हायल्यात!! आनि तेवढं सोडंनासा गरिबाला!"

तशी मुंडी हलवीत काशिनाथ बोलला,

"छे: छे:! न्हाय् जमत!! आदीच कट्टकट्टी कमी किंमत लावलीया!! त्यात आनि पन्नास कातरल्यावर आम्हास्नी काय उरलं?"

"बरं, देतो, घ्या! पन आता जरा दम काढा का! हात्ती गेला नि शेपूट ऱ्हायलं, एवढंच उरलंय आता!!"

"आगं हिरा, ह्या काशिबाला काय लाटरी लागलीया व्हय् गं, उधार दिवून म्हैना-म्हैना गप्प बसायला! तुला जड जात आसलं तर ह्या काशाबालाच लावून देऊ काय?"

"कसंबी!! माजी तयारी हाय! पन घरवालीचं खोलीभाडं तोर तुम्हाकडं लागणार! कसं?" हिराबाई काशिनाथकडे डोळ्यांच्या कोपऱ्यातून पाहत म्हणाली.

यावर काशिनाथ लाजून चूर झाला! पहिल्या वेळी तिनं चोळीतल्या नोटा काढून आपल्या हातावर ठेवल्या होत्या, तेव्हा उघड्या अंगावर मोरपीस फिरविल्यागत कसं आपणास झालं होतं, ते त्याला आठवलं नि अख्खी पुरुषजात कोळून प्यालेल्या या बाईपुढं बोंगार्डे आपलेच कपडे फेडतो आहेसं वाटू लागलं!

"बघ हं!!" इति बोंगार्डे.

"बघायचं काय त्यात! आनि मी म्हंतो उगंच मनात नस्त्यापैकी दुसऱ्याला हुलीवर घालून घोड्याव चढविण्यापक्षी तुम्हीच ईनासाका! कशीबी झालो तरी पैल्यांदा तुम्हापशीच हुतो न्हवं!!"

हे ऐकून काशिनाथ मनोमन टाण्दिशी उडालाच! आणि ती निघून गेल्यावर त्यानं न राहवून विचारलंच,

"व्हय गा, बोंगार्डेमा, ही बया पयल्यांदा तुमच्याकडं... न्हाय म्हंजे, तुम्ही हिला ठेवून घेतलीती, व्हय हो?"

“व्हय! हाय कशी? ज्याम!! आशी गच्च भरल्याली नि नऊवारी नेसून कासुटा घातल्याली एक तरी बाई हाय काय दावा की मला ‘त्या’ वस्तीत? सगळ्या साऽवारी नेसत्याला तुरकाट्या!

“तरीच!!”

“काय तरीच आनि...?”

“मी इतकींदी म्हणत हुतो मनात– बोंगार्डेमाची हिच्याबरोबर इतकं पाचकळ बोलण्याजोगी घस्टन तरी कशी? ह्यो इतकं हलकट बोलला, तरी हिला राग कसा येत न्हाई? तर हे ‘आसं’ खटलं हाय व्हय?”

यावर बोंगार्डे नेहमीगत घोड्यासारखा खिंकाळू लागला नि मग म्हणाला,

“आता पन्नासच उरल्यात न्हवं? दिली तर बरं; न्हायतर माज्याकडं लागलं! मी बघतो मग, कसं वसूल करायचं ते!”

यावर गुळचट हसत काशिनाथ म्हणाला,

“तुम्ही कसंबी करंनासा वसूल, मला पन्नास मिळालं म्हंजे झालं!!”

आणि पाच-सहा दिवस उलटले नाहीत, तोच बोंगार्डे हुक्की आल्यागत वसुलीसाठी बाहेर पडला ते थेट ‘त्या’ वस्तीत जाऊन थडकला. नुकतीच रात्र पडल्याने वस्तीत उजाडलंच होतं! ज्या-त्या घरवालीकडल्या पोरी-बायका आपापल्या खोल्यांसमोर गिऱ्हाइकांची वाट पाहत बसल्या होत्या; तर गिऱ्हाईक गटविलेल्या काही थोड्या त्यांना घेऊन आतमध्ये गेल्या होत्या!

आपल्या वस्तीत बोंगार्डे आल्याचं पाहताच हिराबाई बाण मारल्यागत अचूक त्याच्याकडं गेली.

“बोंगार्डेमा, तू...?” तिला थोडं अजबच वाटलं.

“व्हय! का, वळख पटंना?”

“बरं, चल! वाळ्ळंच बोलून भुस्काट पाडायचं नको!!” आणि तिच्या पाठोपाठ बोंगार्डे खोलीत गेला, पाहतोय तर, तिथं काशिनाथनं तयार केलेला पलंग!

“बायलीऽ ह्यो तर भ्हनीच्या लेकीच्या लग्नात द्यायला म्हणून न्हेलीतीस न्हवं?”

“हौसेनं घेटलाता की गा! खरं ती हुबाल म्हणाली, “धा जणांखाली लोळून घेटल्याला जिन्नस नको बा माज्या पोरीला!” धा जणांबरोबर

गेलं म्हणून काय झालं? आमचंबी कष्टाचंच की गा! आम्हाला काय कोण सुकासुकी पैसे देतंय?"

"चालायचंच घे हिरा! जग हे आसंच हाय बघ!" पलंगावर टेकत बोंगार्डे बोलला, "कुनाचं कराय जावं भलं, ते म्हंतंय माजंच खरं!!"

"बरं, ते ऱ्हावूं दे!" त्याची लांबड लागू नये, म्हणून हिराबाई बोलली, "आज कशी काय हुक्की आली...?"

"का, ईवू ने?"

"न्हाय म्हंजे घरात सारी शिस्त आस्तापैकी...?" त्याच्याजवळ बसत त्याच्या शर्टाच्या गुंड्यांशी चाळा करीत ती बोलली...

"रोज आमटी-भात खाऊन कट्टाळल्यालं माणूस एक रोज तरी झणझणीत खरडा खायला मागतंयच का न्हाई; तसंच हाय बघ हे! तुला बापय गड्याचं कळायचं न्हाई सारं!!" "आत्ता ग बय्या!" हनुवटीखाली उजव्या हाताचा मुटका ठेवीत तिनं आश्चर्य व्यक्त केलं, "बापयगड्यास्नी खेळीवण्यातच सारा जलम चाललाय नि मला कळायचं न्हाई!! काय बोलतोस गाऽ...!!"

तोवर बाहेरून घरवालीची हाक आली,

"हिरा, आगं ये हिरी!!"

तशी हिराबाई बोंगार्डेजवळून उठली व तिनं खोलीचं दार उघडलं, न् दाराबाहेर मुंडकं काढून विचारलं,

"काय गं यल्लूमावशी?"

"आगं तुजा मालक आलाय्– संगप्पा हवालदार!"

"त्येला आनि ह्योच म्होतर गावला व्हय??" नि हिरा बोलली, "जरा तटवून धर त्येला बोलत उभा राहून, नि मागनं लावून दे!!" आणि हिराबाईनं दार लावून घेतलं व बोंगार्डेजवळ आली.

"काय गं ते?" बोंगार्डेनं पृच्छा केली.

"माजा मालक आलाय भाहीर– पोलीस हवालदार! मी पाच-धा मिंटांत कटीवतो त्येला तवर तू ह्या पलंगाखाली दडून बस!"

"का मागच्या दाराभाहीर हुबा ऱ्हावू?"

"भाहीर त्या रंड्या तुला सैल सोडतील व्हय? त्या पक्षी हितं पलंगाखालीच पड आरामशीर...!!"

यावर काय बोलावं हे न सुचून गडबडीने बोंगार्डे कॉटखाली

सरकला. त्याच्या अगडबंब देहाला कॉटखाली सरकताना थोडे कष्ट पडले व पाय दुमडून घेऊस्तोवर डोकं वरच्या अँगलला बडवलं व एक जीवघेणी कळ पायांपर्यंत सरकत गेली, इतकंच!

तोवर हिराबाईनं खोलीचं दार उघडलं व हवालदाराला आत घेतलं...

''बर्री मालकघोळ, बर्री!'' तिनं कानडीत स्वागत केलं, ''इग बंदेत??'' ('या मालक, या! कवा आता आला?')

''न्हाय, उश्शेर आलोय!'' हवालदार मराठीत बोलला, ''भाहीर घरवालीबरोबर बोलत न्हायलोतो!'' अन् त्यानं चौकशी केली, ''दार उघडाय टाइम लावलीस गं?''

''काय कर्रा, हवा एक रोगट सुटलीया, नि सकाळपास्नं सारं अंग मोड्यावून आलंय! कसार मारून आल्यागत झालीया; डोस्कंबी दुखाय लागलंय. तिन्हीसांजचं औषीद दुकानातनं एक गोळी आणून खाल्ली व्हती नि पलंगावर जरा कलंडलो व्हतो, डुलका लागलाता म्हनंनासा, तवर घरवालीची हाळी आली, तुम्ही आलाईसा म्हणून सांगिटलं तिनं!!'' नि तिनं विचारलं, ''आज लैच घेटलाईसा की हो, नि तीबी ड्रेसवर असतावख्ती...''

''आता कोण पाळतंय कायदेकानू, ते आम्ही पाळावंत? आमचा सायेबसुद्धा हयगय करत न्हाई, ड्रेसवर माराय नि आम्ही तर कोण लागून गेलाव! आज एका खेड्यावर हातभट्टीवर टाकली रेड नि गावलं घबाड! मग सगळ्याचाच पंचनामा कोण करतंय...?''

''म्हंजे फुकटची!!''

''आगं, फुकटचीच प्यायला लै मजा येती! पैसे दिऊन प्यालं की पैसे गेल्याचं थोडंबहुत दुक तरी असतंयच का न्हाई? तवा फुकटच माराय लै रंगत!'' पलंगावर एकदम आडवा होत हवालदार बोलला व खू: खू:ऽ करीत हसू लागला... हसता हसताच त्यानं खिशातून ब्रॅन्डीची एक क्वार्टर काढून पलंगावर ठेवली न् म्हटलं, ''जरा पानी आणा, एवढी मारतो!''

''हीबी फुकटचीच असणार!'' असा टोला मारून ती म्हणाली, ''गावठी घेतल्यावर ही इंग्लिश आनि कशाला?''

''गावठी म्हंजे खेड्यातली झन्नाट बाई! कासुट्यातली!! आनि इंग्लिश म्हंजे श्यारगावातली मिळमिळीत! गोल साडीवाली! पन दोन्हीबी

फुकट मिळाल्या तर कोण सोडंल? आण... पानी तर...''

हवालदार एवढं म्हणतोय तोवर बाहेर 'फर्रऽ फर्रऽ' आवाज करीत पोलिसांच्या सिटा वाजू लागल्या, ''रेड आली! पोलिसांची रेड!!'' कुणीतरी मोठ्यानं ओरडलं नि वस्तीत एकच गोमगाला उसळला, ''अरे, पळा पळा!!'' असं म्हणत बंद खोल्यांच्या दारं-खिडक्या धडाधडा उघडल्या आणि बिळातून उंदरं बाहेर पळत सुटावीत, तशी सारी वाट दिसेल तिकडे चराऽट सुटली!!

पलंगावर बसलेला हवालदार बुडाला शॉक बसावा तसा ताडकन उभा राहिला न् आपसूक त्याच्या तोंडातून बाहेर पडलं,

''हुच्च तुन्यांव्!!''

''तुम्ही हितं आसतापैकी ही रेड पडती तरी कशी, सायेब!!'' गोंधळून हिराबाईनं विचारलं.

हवालदार मनातून टरकला होता. आता रिटायर व्हायला वरीस उरलं, त्यात 'रेड'मध्ये 'अशा' वस्तीत गावलो म्हणजे? शिवाय, ड्रेसवर असताना दारू घेतलीय, म्हणजे डब्बल गुन्हा!! त्यामुळं तो म्हणाला,

''सुक्काळ्ळीमगनं, पळ!! पळ आधी! मी 'रुरल'चा हाय नि ही माकडं 'सिटी'ची हैत!! गावलाव तर सुपडाच! पळ लगुट!!'' आणि तिच्या आधीच तो मागच्या दाराकडे धावला.

'रुरल' व 'सिटी' म्हणजे 'ग्रामीण पोलीस ठाणं', व 'शहरी पोलीस ठाणं' हा अर्थबोध होणं शक्य नसलेली हिराबाईही खुळ्याकावऱ्यागत हवालदारामागून पळत सुटली...

पलंगाखाली लपलेला जाडजूड बोंगार्डे मोठ्या शिकस्तीनं धावतच बाहेर आला, पाहतोय तर... हवालदाराने मघाशी ठेवलेली ब्रॅण्डीची क्वॉर्टर पळापळीच्या गोमगाल्यात पलंगावर तशीच पडलेली!! चोराची लंगुटी, सोडा कशाला, असं मनात म्हणत त्यानं ती खिशात सारली आणि घूमजाव करून मागच्या दाराकडं धाव घेतली... दार एका ढेंगतच आता राहिलं म्हणूपर्यंत म्हणजे खोलीत भस्साकृदिशी घुसलेल्या 'रेड'वाल्यांनी म्होरं झ्याल खाऊन त्याची मानगुटच पकडली!!

सिटी पोलीस स्टेशन. फौजदार महारुद्र कवळीमठची रूम. हवालदार तवनाप्पा आत आला नि कडक शॅल्यूट ठोकून म्हणाला,

''साहेब, बकरी आणल्यात!!''

"कुठं हैत?"

"भाहीर जीपात! आनि साहेब, ह्या खेपी जरा मायंदाळीच गावली. डझनभर तर सहज!!"

"म्हाळाचा महिना कुत्र्याच्या जातीत असायचा, त्यो आता माणसाच्या जातीतही सुरू झाला की काय?"

"साहेब, माणसाच्या जातीत म्हाळाचा म्हैना बारा माहिने तेरा काळ चालूच आस्तोय न् काय!!" आणि हवालदाराने आपल्याच विनोदावर खु:ऽ खु: खु: करीत हसून घेतलं, अन् मग म्हटलं, "साहेब, ह्या खेपी एक बोकुडबी गावलाय!"

"अच्छा!!" असा आश्चर्योद्गार काढीत फौजदार बोलला, "तर मग त्येलाच आण आधी आत– चांगला शिस्तवार सोलूया!!"

हवालदार तवनाप्पा गार्डन बाहेरच्या जीपजवळ आला. तेथे 'बकऱ्यां'वर पहारा देत संभ्या व बाळ्या हे दोन शिपाई होतेच.

"संगाप्पा, त्या गब्दुलला घिऊन ये साहेबाच्या रूममदी!!" अन् तवनाप्पाने आपल्या शरीराभोवती दोन्ही हात फुगवून आकारदर्शन केलं व म्हटलं, "लगुट! जल्दी!!"

यावर संग्याने अचूक काय ते ओळखलं व तो नेमका बोंगार्डेचा दंड धरून जरबेच्या स्वरात म्हणाला,

"उतर रे खाली! चल, सायबाकडं!!"

"उतरतो की पोलीसमामा, दंड तर सोडा! का कुठं पळून जाणार हाय!" बोंगार्डे म्हणाला व शिस्तीत खाली उतरला, "चला!!"

सारी वरात फौजदारसाहेबांच्या खोलीत आली. निम्मं वय होऊन गेलेल्या बोंगार्डेला बघून साहेब म्हणाला,

"तू रे कशाला 'अशा' बायकांकडं गेला होतास? पिकायला लागलास तरी हिरवटपणा जाईना?"

"साहेब, मी 'तशा'साठी गेलो नव्हतो, तर अशासाठी..."

"तशासाठी-अशासाठी, यात मतलब?"

"साहेब, वसुलीसाठी गेलो व्हतो हो, तवर त्या बाईचा मालक आला! त्योबी कोण दुसरा न्हवं, तर एक पोलीसच!"

"पोलीस?"

"व्हय साहेब! मग काय कर्ता? पलंगाखाली दडून बसलो; तवर

तुमची रेड पडली! ती बया नि त्यो पोलीस पळून गेलं नि मी पलंगाभाहीर पडून त्येंच्या मागोमाग पळूस्तोवर म्हंजे गावलोच!!''

''स्सालाऽ, थापा मारतोय! आमच्या पोलीस खात्याला बदनाम करतोय!! संग्या, जाळ काढ रे कानाखाली ह्येच्या! व्हडी!!'' बोंगार्डेचं सारं खोटंच वाटून रागाने फौजदार म्हणाला.

तसा चिरपाटला संगाप्पा तावातावाने पुढे झाला आणि त्याने बोंगार्डेच्या कानफाडात फाड्फाड् दोन लगावल्या अन् 'येव्वारीऽ!' (आईऽग!) करीत हात धरून खालीच बसला नि विव्हळत म्हणाला,

''साला, माणूस हाय का हैवान!!''

''साहेब, अशानं माजा धुळ्ळाबी झडणार न्हाई! तुमच्या पोलिसाचाच हातबीत मुरगाळला का बघा!!''

''खोगीरभरतीला ही कुठली कडबा-वैरण माझ्याजवळ आणून टाकलीय कुणाला माहीत!!'' आपल्या हाताखालच्या स्टाफबद्दल असे वैतागी उद्गार काढीत फौजदार म्हणाला, 'त्येची झडती घ्या रे!! काय आसंल ते इथं टेबलवर जमा करा!!''

तवनाप्पा व संगाप्पाने हुकमाची तामिली केली! दोनेक मिनिटांतच बोंगार्डेच्या खिशातील सर्व ऐवज टेबलवर गेला. तीस-पस्तीस रुपये, काही चिल्लर, चंची व मघा हिराबाईच्या खोलीत खिशात घातलेली क्वार्टरही!!

''च्यावलेऽ, क्वार्टरही खिशात...!!'' अजब करीत फौजदार म्हणाला, ''बराच हावळा, छंदीफंदी दिसतोस की रे!!''

''साहेब, म्या हमाल गडी! म्या कशाला क्वॉर्टरमदली इंग्लिस पिवू हो! अहो, ही क्वॉर्टर तुमच्या त्या पोलिसाची पळतावख्ती पलंगावरच...!!''

''आनि पोलीस...!!'' फौजदाराचा पारा परत चढू लागला.

''मी तुम्हास्नी कितीबी खरं सांगितलं, तरी पटणार न्हाई साहेब! मलाच खाज आली, म्हणून मी त्या बाईकडं गेलो व्हतो!!'' अखेर वैतागाने बोंगार्डे म्हणाला.

''हंम् बघ! आता कसा रस्त्यावर आलास!!'' खुशीत फौजदार म्हणाला व समोरचं लेझर पुढं ओढून उघडीत त्यानं टेबलवरील बॉलपेन उचलून म्हटलं, ''बरं तर, नाव काय तुजं?''

''सका बोंगार्डे!!''

"तिकडनं आला सका नि घेटला तिचा मुका!!" खो: खो: हसत फौजदार म्हणाला, "सका गेला मुका घ्यायला, तेही धंदेवालीचा, होय रे?"

"साहेब, तशा जाग्याला गेल्यावर नुस्ता मुका घिऊन कोण परत येतंय व्हय हो?"

"बघ, आता कसा हळूहळू सारी कबुली देऊ लागलास!" फौजदार म्हणाला, "बरं, तर आता हे मिटवायचं? का केस घालायची तुझ्यावर– 'सार्वजनिक ठिकाणी वेश्याबाईबरोबर असभ्य चाळे केलं' म्हणून?"

ऐकून बोंगार्डेच्या डोईवर जे काही केस उरले होते, ते एकदम ताठ झाले! काय बोलावं, त्याला सुधरेना, सुचेना!!

"हे बघ, इथनं तालुक्याचं गाव पंधरा मैल! केस घातली तर तिचा निकाल लागेपर्यंत तारखा पडतील तशा हेलपाटे घालावे लागणार! '...सिंगरू मेलं हेलपाट्यानं' असं होईल तुला! शिवाय दीड-दोन हजारांचा चुराडा होईल! तेव्हा तुझ्या हिताचंच सांगतो– पाचशे इथं ठेव नि फूट इथनं लौकर! रात्रीचं झेंगाट रात्रीच मिटवून टाकलेलं बरं! दिवस उगवला की त्याला आणखीन फाटे फुटतात!!"

"साहेब, मी हमालगडी, माज्याकडं एवढा एकमुरी पैसा कुठनं असणार हो?"

"मग केस घालू या!!"

"मेलोच मग!!" बोंगार्डे बोलला अन् पक्कन् त्याची ट्यूब पेटली– बायली गेल्याच बेस्तरवारी बायकोची भिशी सहाशे आलीया,मरगुबाईची जत्रा करायला ती म्हायाराला गेलीयाच नि ती ट्रंकाची किल्ली कुठं ठेवती, तेबी म्हाईत हाय आपणंला! मायला, ऐन वेळंला आपल्या मेंदूतलं चक्कार कसं चालतंय!

"तू मर जा, न्हाय तर काशीकुंडात जा; पैसे हजर कर, न्हायतर केस घालून घे. बस इथंच लॉकापमदी रात सारी रात नि उद्या कोणबी जामीन ऱ्हायला तर सुटका नि बेआब्रूबी!" हवालदार बोलला, "मग काय? लवकर सांग! आजून दुसरी हैत जीपात."

"हवालदारसाहेबास्नी माज्या संग लावून देशीला का सायेब, घरापतोर; न्हाय म्हंजे घरात पैसे हैत हो! मी तिथंच ह्यंच्या हातावर हार्डक्यासच देतो!!"

यावर थोडा विचार केल्यागत स्तब्ध राहून मग साहेब म्हणाला,

"तवनाप्पा, संगाप्पा, भाहेर जावा नि जीपमधील मेंढरं आणा जावा इथं आणि ह्याला न्या जावा जीपमधून आणि रक्कम घेऊनच परत या!! त्या नझीरला नि भियगोंडलाबी घ्या बरोबर; मुकाटपणे पैसे दिला तर बरं; न्हायतर तिथं काही चालबाजी करू लागला, तर चांगलं शेका! हयगय बिडब्याड, याऽन्! मत्त होगली!!"

दुसऱ्या दिवशी संध्याकाळचं बोंगार्डे नेहमीसारखा काशिनाथच्या वर्कशॉपमध्ये आला व नेहमीच्याच त्या सेगऱ्याच्या टेबलवर बसला. गुप्पगुमान. काही बोलेचना! मौनाची बाधा व्हावी, तसा हा स्तब्ध! आल्या आल्या नेहमी सलामीचा सवाल करायचा, 'काय काशिबा, काय चाललंय?' म्हणून; पण आज तेही नाही! गड्याचं आज काही तरी कंत्राट बिघडलंय, हेच खरं! का आजार आहे? का कुणाला स्मशान घाटावर पोहोचवून आलाय? चेहरा तर असा झालाय, कुणाला हा खरंच पोहोचवून आलाय की आजारी आहे, तेही ओळखेना!

अखेर न राहवून काशिनाथने विचारलंच,

"का गा, बोंगार्डेमा, गप्प गप्प आज! घरची सारी ठीक हैत न्हवं?"

"त्येनला काय धाड झालीया! गावाकडं जाऊन मरगुबाईच्या जत्रंत नळी फोडाय लागल्यात!! त्येंचं सारं ठीक हाय. माजं मतोर काई ठीक दिसंना!!"

"मग डॉक्टरला तरी दावायचं व्हता!"

"आता दावा डाक्टरला! अहो, चांगलं ह्येप्पललं मला फौजदारानं पाऽश्याला!!"

"का... काय झालं?"

"अहो, एका रातीत पाऽश्याला डब पडलो की हो!!"

असं म्हणून बोंगार्डेनं रात्रीचा सगळा किस्सा तपशिलानं सांगितला आणि म्हणाला, "पोलिसांच्याबरोबर घराकडं आलो नि बायकुच्या भिशीचं पैसे दिऊन टाकलं, तवा कुठं ते खवीस निघून गेलं! आता 'ती' गावास्नं आल्यावर आमची आनि बिनपाण्यानं करती म्हणा!! पैलं लोकं म्हणायची – 'सापाला सोडावं आनि बामणाला मारावं!' तर 'बामणाला सोडावं नि पोलिसाला मारावं' असं म्हणायची पाळी आलीया! लै

व्हलस जात बाबा!''

"पर मी म्हंतो बोंगार्डेमा, तुम्हास्नी काय म्हातारचळ लागलीती का काय 'तशा' ठिकाणला जायाला?''

"आरं बाबा, तुजीच वसुली कराय गेलोतो. तूनं दिल्याल्या क्वॉटचं पन्नास रुपय ती द्यायची हुती न्हवं आजून!!''

"ते तर तिनं परवा दिसीच दिऊन टाकल्यात नि 'सारं फिटलं बघा!' म्हणून बजावून गेलीया!!''

"आँ? आरं पर मर्दाच्या, मला सांगायचं तर न्हाई?''

"परवा दिसी तुम्ही हिकडं फिरकलातासा तरी काय? नि काल एकदम हुक्की आल्यागत तिच्याकडंच गेलासा- डायरेक्ट! अहो, आदी मान्साला कल्पना तरी द्यायची, हितं इवून एका गोष्टीनं सांगायचं तर की, 'बाबा काशिबा, मी आज तिच्या खोलीवर जातो, वसुलीला' म्हणून!!'' तसा मुंडी हलवीत, हळहळत बोंगार्डे म्हणाला,

"हां! ही मतोर चूक झाली हं! कबूल!! काय म्हणत्यात न्हवं ते, तशातली गत झाली गा माजी! काय म्हणत्यात बरं ते? हां, आटावलं बघ - लावलं क्याळ, आलं रताळ!!''

◆

# दरोडा

***'मॅनेजरसाहेबांची प्रकृती ठीक असून, त्यांचे तसे काही बरेवाईट झालेले नाही. चौकशीस आलेल्यांचे आभार!'***

बँक मॅनेजरसाहेब

यल्लीमन्नोळीकरांच्या बंगल्यापुढे वरील मजकुराचा बोर्ड लागला आणि रस्त्याने जाणारा-येणारा पांथस्थ तो वाचून गालाला घडी पाडत निघून जाऊ लागला. आठवड्यापूर्वीच प्रा. आरभावींच्या बंगल्यावर सशस्त्र दरोडा पडला होता, घरातल्यांना मारहाण करून त्यांच्या अवयवांचे स्पेअर पार्ट्स करण्याचा प्रयत्न करीत करीत दरोडेखोर घर लुटत होते. शहराच्या पूर्वेस नुकतीच बिगरशेती करून घेऊन प्लॉट्स पाडलेल्या रानात पाचेक बंगल्यांची नवीन वसाहत झाली होती. मारहाण होताना बंगल्यातील लोक ओरडत होते, मदतीसाठी हाका मारीत होते. त्या हाका ऐकून शेजारीच भाड्याच्या बंगल्यात राहणारे बँक मॅनेजरसाहेब जागे झाले होते व पोलीस स्टेशनला फोन करू लागले होते. ते पाहून दरोडेखोर त्यांच्या बंगल्याशी गेले नि दरवाजा फोडून आत घुसले, त्यांनी साहेबांना बेदम मारहाण केली नि त्यांच्या गोल गरगरीत, वातुळ्या पत्नीच्या गळ्यातील, हातांतील व कानांतील दागिने हिसकावून घेऊन त्या नव्या

वसाहतीमागील अंधाऱ्या रानात पसार झाले होते.

नव्या वसाहतीमधील हा कालवा ऐकून समोरच्या गल्लीतील लोक जागे झाले होते. त्यातील एकटा हुशारी करून पोलिसालाही बोलावून घेऊन आला होता. आल्या आल्या पोलिसाने विचारलं होतं, "कुठं हैत दरोडेखोर?" त्याला वाटलं असावं, पब्लिकने दरोडेखोरांना पकडून, बांधून घातलं असावं, आपण जाऊन केवळ त्यांना ताब्यात घ्यायचं, आणि...

"दरोडेखोर आता हेच अंधारात पळालं. तुम्ही पाठलाग केलासा, तर तावडीत गावत्यातच बघा, हवालदारसाहेब!" पब्लिकातील एकजण म्हणाला.

"उलट मीच त्येंच्या तावडीत गावीन! एकटा काय करणार मी? संगट रायफलबी आणली न्हाई! कचेरीला जातो ते ज्यादा कुमक घेऊन येतो!"

आणि तो जो गेला तो मट्टामायाच झाला, परत काही आला नाही.

दरोडा ज्या प्रा. आरभावींच्या घरी पडला होता, त्या घरातील व्यक्तींपेक्षा कचेरीला फोन मारून त्यांना मदत करण्याचा प्रयत्न करणाऱ्या मॅनेजरसाहेबांनाच जास्त मारहाण झाली होती! सीरिअस अवस्थेत त्यांना जिल्ह्याच्या सरकारी हॉस्पिटलमध्ये ठेवावं लागलं होतं; पण गावभर वदंता पसरली होती– 'मॅनेजरसाहेब मेले!' आणि मग ओळखीचे (व अनोळखीही!) लोक साहेबांच्या समाचाराला येऊन, बंगल्यातच ठिय्या मारून बसलेल्या त्यांच्या गोतावळ्यातील लोकांना विचारू लागले होते, "काय हो, साहेब मेले? इतकी मारहाण झाली त्यांना? डोकीतच हाणलं म्हणं! त्यात साहेबांना टक्कल! म्हंजे मार जास्तच जोरात लागला असणार... छे... छे! वाईट झालं. साहेब राजा माणूस व्हता... त्येचं असं..."

अखेर लोकांच्या या तगाद्याला कंटाळून बंगल्यातल्यांनी वरीलप्रमाणे बोर्ड बंगल्याबाहेर लावून टाकला होता.

दुसऱ्या दिवशी जिल्ह्याच्या गावाहून श्वानपथक आलं. दोन कुत्र्यांमागे दोन हजार बघे लोक व दोन-चार पोलीस रानमाळातून धाव धाव धावले. गावाबाहेरून काढलेल्या नव्या हायवेपर्यंत कुत्री धावली व एके ठिकाणी हुंगल्यागत करून रस्त्याकडेच्या दगडावर तंगड्या वर करीत

निर्णय जाहीर केला, 'दरोडेखोर मोटारीतून निघून गेले! 'या यंत्रयुगामुळे हे दरोडेखोरही सुधारले म्हणायचे! पूर्वी चालत यायचे अन् दरोडा घालून पळत (वा पळून) जायचे! पण आता पैसाही दाबून मिळतो ना! म्हणून मोटारी वापरताहेत–' लोकांत चर्चा सुरू झाली.

पण, गप्प बसले, तर ते दरोडेखोर कसले! गावात तर त्यांनी पंधरा-वीस वर्षांत प्रथमच दरोडा घालून ओपनिंग केलं होतं, मग तर त्यांनी कागल, कोल्हापूर, साांगली, गडहिंग्लज, संकेश्वर आदी भोवतालच्या भागात दरोडे घालण्याची एक मोहीमच उघडली. संकेश्वरात तर त्यांनी एकाच रात्री नऊ घरफोड्या करून होल इंडियात (व सर्व जगातही) एक रेकॉर्डच केलं! ''साल्यांनी आता आपली नावं तरी जाहीर करावीत, म्हणजे तेवढीच त्यांची 'गिनीज बुका'त नोंद तरी होईल!'' असे डायलॉग कानांवर येऊ लागले. तरी पण शहरात घबराट पसरली. पोलीस कमिशनर कचेरीत आल्याचं समजताच नागरिकांच्या शिष्टमंडळाने त्यांची भेट घेतली. गोलसर, गब्दुल कमिशनर म्हणाले, ''पोलीससंख्या अपुरी आहे. दहाजणांमागे एक पोलीस इतकंही प्रमाण पडत नाही. तेव्हा तुम्ही वॉर्डावॉर्डातून गस्तपथके निर्माण करा. रात्री एक ते पहाटे चारपर्यंत आमच्या पोलिसांचीही गस्त असतेच; पण नागरिकांचीही गस्त असू द्या. आम्ही आमच्या परीनं मदत करण्याची पराकाष्ठा करीत आहोतच; पण आमच्या प्रयत्नालाही मर्यादा आहेत हे ध्यानात घ्या...'' वगैरे वगैरे.

शहरातील केवळ तीन-चार वॉर्डांतच गस्त-पथके तयार झाली. लोकही हातातील काठ्या आपटीत गस्त घालीत असल्याने तेही चौर्यकर्म करणाऱ्यांना सावध होण्यास उलट सोईचे जाई! गस्त-पथक दूर जाईस्तोवर गप्प बसायचे, नि मग शिस्तीत, आरामशीरपणे दुकान वा घर फोडून लुटत राहायचे!

वॉर्ड नं. ८मधील नवीन वसाहत व त्यापुढील गद्रे कॉलनीमध्ये 'दक्षता समिती' स्थापन झाली. समितीची पहिली मीटिंग बँक-मॅनेजरसाहेबांच्या बंगल्यात भरली. डोक्याला व हाताला बॅन्डेज बांधलेले, दोन दिवसांपूर्वीच जिल्ह्याच्या सरकारी हॉस्पिटलमधून डिसचार्ज मिळाल्याने गावी आलेले साहेब गणपतीगत बैठकीत बसले होते आणि मीटिंगसाठी जमलेले चाळीस-पन्नास लोक त्यांना दरोड्याबद्दल विचारीत होते.

''साहेब, आपल्या पत्नीच्या गळ्यातले दागिनेही चोरट्यांनी हिसकावून

नेलं, म्हणून गावभर भूमका उठलीया. खरंच का हे साहेब?... छे, छे! वंगाळ झालं!...''

''कानातल्या रिंगा काढता आल्या नाहीत, त्या मात्र हिसकून घेतल्या. गळ्यात केवळ मंगळसूत्र तिनं ठेवलं होतं, तेही ओरबाडून नेलं. बाकीचे दागिने मात्र तिच्याच चलाखीमुळं बचावले म्हणायचे!''

तोवर प्रा. आरभावीही आपला चष्मा रुमालाने पुशीत मीटिंगसाठी प्रवेशते झाले. व पृच्छकांचा मोहरा आता त्यांच्या दिशेने वळला.

''प्रोफेसरसाहेब, दगड घालून एवढं मोठं दार फोडेपर्यंत तुम्ही जागे कसे झाला नाही? की थोडं ड्रिंक वगैरे घेऊन...? नाही– म्हणजे अलीकडे विद्यार्थी तर 'घेतातच' आणि प्रोफेसर लोक तर सर्रास घेतात म्हणून म्हणतो!''

''नाही हो! त्यांतला मी नव्हे! तसा मी सोवळा, शुद्ध शाकाहारी हं!''

''अहो, अशी चिक्कूपणानं साठवलेली माया अखेर दरोडेखोरांनी नेलीच की नाही पळवून? म्हणून माणसानं खावं-प्यावं, मजा करावी. जगात जे काय आहे त्याचा अनुभव घ्यावा नि मन भरून पावत आराऽमानं मरावं! काय?''

''अहो, पण...''

''आता वायफळ गप्पा राहू द्यात! आपण ही 'दक्षता समिती' स्थापन केलीय, ते अशा गप्पा कुटत बसायला, की काही भरीव कार्य करायला?''

''भरीव कार्य करायचंच. नि त्यासाठीच तर आपण ही 'दक्षता समिती' स्थापन केलीय! प्रथम आपण म्युनिसिपालिटीवर मोर्चा नेऊ आणि चार दगडं मारून तिथल्या खिडक्यांच्या काचा फोडू. साल्यांनी आपल्या या भागात काय सुधारणा केलीय? रस्ते, गटारी, वीज झालंच तर आपलं हे...''

''अहो, दगडच मारायचेत तर या श्यामरावांनी स्वतः म्युनिसिपालिटीवर जाऊन मारावेत. आपल्याला बुवा हे हिंसक मार्ग पसंत नाहीत.''

''हे पाहा सापळे, हे सारं आम्ही नागरिकांनीच करायला हवं! इथं मीटिंग आहे; पण 'या' म्हणून सांगूनही एक तरी साला नगरसेवक आलाय का बघा! भीक मागायला आल्यागत दर पाच वर्षांनी मतं मात्र

मागायला येतात! ‘सेवेची संधी द्या’ म्हणून! आता सेवा करायचा टाइम आल्यावर मात्र या साल्यांनी शेपट्या घातल्याच! मला तर वाटतं, या नगरसेवकांनीच रोज रात्री आपापल्या वॉर्डातनं गस्त घालीत नागरिकांची खरीखुरी सेवा करावी!''

''कुणी काय करायचं, हे सांगत बसण्यापेक्षा आपण काय करायचं हे प्रत्येकानं ठरवलं पाहिजे.''

''हिअर, हिअर! यादवगुरुजी म्हणजे दुसरे खांडेकरच! तोंड उघडलं की पट्दिशी एक तरी सुभाषित बाहेर पडणारच! गुरुजी, आता तुम्ही काय करणार ते सांगा!''

''मी स्वतःला सैनिक समजतो! दक्षता समितीनं हुकूम करावा– मी दरोडासुद्धा घालीन!''

''आँ? दरोड्याविरुद्ध मोहीम काढण्यासाठी ही समिती आहे, की दरोडे घालण्यासाठी?''

''नाही– म्हणजे मी एक झलक सांगितली! आपल्यावर सोपविलेलं कार्य योग्य की अयोग्य, याचा सैनिक विचार करीत नाही; तर ते पार पाडणं हे एक कर्तव्य समजून...''

''आता एवढंच कर्तव्य करा गुरुजी, की गस्त घालायचीच जर ठरली तर...''

''अहो सोकांडेऽ, ठरली तर काय? गस्त ही घालायचीच! गस्तीशिवाय काय चोर-दरोडेखोरांचा बंदोबस्त होणार आहे?'' बँक-मॅनेजरसाहेब बोलले, ''प्रत्येक घरातलं एखादं माणूस तरी आठवड्यातून एकदा गस्तीला हे आलंच पाहिजे!''

''आमची पाळी शनिवारी रात्री ठेवा हो!'' गुरुजी म्हणाले, ''रविवारी आम्हाला सुट्टी. त्यामुळे शनिवारी रात्रभर जागून, गस्त घालून, रविवारी दिवसभर आम्हास झोप तरी काढता येईल! हवं तर आमच्या गस्त पथकात या भागातल्या सर्व प्रोफेसरांचा, बँक कर्मचाऱ्यांचा समावेश करा!''

''तुमचं बी बरोबर हाय; पण आमचं बी ऐकून घ्या'' रोडवरल्या ‘दिलावर पान शॉप’चा दिलावर म्हणाला, ''आमच्या जवान लोकांचा एक ग्रूप करा! आम्हाला बुड्ढ्या लोकांत नको! सारी एक उम्रवाली पायजे, म्हंजे बोलत, गप्पा मारत रात कटंल!''

“आणि हे बघा, जे कुणी गस्तीला येत नाहीत, त्येंच्याकडनं धा रुपय वसुली करायचा नियम करा! ज्यान्ला गस्तीला येणं शक्य नाही, त्यांनी धा रुपये तरी द्यावेत, न पक्षी बदल्या माणूस तरी द्यावा!”

“हां हां! कबूल हाय! राममंदिराम्होरल्या ‘वार्ताफलका’वर ज्या त्या रातीच्या गस्त पथकातल्या लोकांची नावं लिहावीत, म्हंजे ते ते लोक राच्चं बारानंतर मंदिरापुढच्या पार कट्ट्यावर गोळा होतील. सारी ईस्तोवर साडेबारा-एक हुतंय्च; मग गस्त चालू करावी.”

“ठरलं तर मग?”

“ठरलं!” मॅनेजरसाहेबांनी विचारलं, “कुणाची काही तक्रार नाही ना? ओ.के.!”

आणि मग दुसऱ्या दिवशीच्या रात्रीपासून गस्त चालू झाली, दोन-तीन दिवस सारं सुरळीत चाललं. मग एके दिवशी मॅनेजरसाहेबांना भेटायला बानगे आला व रागाने म्हणाला, “साहेब, तुम्ही ‘दक्षता समिती’चे अध्यक्ष. माझी एक तक्रार हाय!”

“बोला!” पुढ्यातील फाइल बाजूला सारीत मॅनेजर म्हणाले. अलीकडे साहेबाची बँकेतील रूम हेच ‘दक्षता समिती’चं ऑफिस झालं होतं. अन् बँकेच्या कामापेक्षा समितीचं कामच साहेबांना डोईजड झालं होतं. डोईवरचे टकलातून बचावलेले चार केसही याने गळायचे!

“साहेब, काल माझ्या घरावर दगड पडले. दरोडेखोरच आले, म्हणून आम्ही सारे घाबरून लटालट कापू लागलो. रात्रभर झोपलोही नाही! पण, सकाळी माझी ट्यूब पेटली बघा!”

“समजलं! म्हणजे तुम्हाला उशिरा करंट पोहोचतो म्हणायचं! वायरिंगमध्ये फॉल्ट असेल!”

“साहेब, विनोद नव्हे! खरंच, सकाळी माझ्या डोक्यात प्रकाश पडला! काल साली तरुण कार्टीच हुती न्हवं गस्तीला?”

“आता म्हातारी कार्टी कुठूनं आणायची? तुम्हीच सांगा! अहो, कार्टी ही तरुणच असणार!”

“तर गस्तीवरल्या कार्ट्यांचंच हे काम बघा! त्या चोरांनीच माझ्या घरावर दगड मारले!”

“दगड मारायला तुम्ही काय त्यांचे दुष्मन आहात?”

“दुष्मनच म्हणायचा हो! घरी दोन तरुण मुली आहेत. त्यामुळं मी

खलनायकच झालो त्यांच्या दृष्टीनं! माझ्या मुलींना घाबरवण्यासाठीच दगड मारले गेले. माझा आरोप हाय ह्यो साहेब! यांचा काय त्यो बंदोबस्त करा; नाही तर मी कोर्टात खेचीन एकेकाला! आम्हाला काय आब्रूबिब्रू हाय का न्हाय हो! ते चोर-दरोडेखोर परवडले; पन आमच्या वॉर्डातले हे रोमिओ आणि मजनू नकोत!'' एवढं बोलून तावातावाने बानगे निघून गेला.

या घटनेला एक दिवस मध्ये गेला नाही, तोच नागनाथ जोशी तावातावाने मॅनेजरसाहेबांच्या खोलीत आले नि म्हणाले, ''साहेब, तुमच्या गस्तवाल्यांना ताकीद द्या हं! आत्ताच सांगतो. माझा राग फार वाईट आहे! एकेकांना जिवंत गाडून येईन मी!''

''का? काय झालं?'' घाबरून साहेबांनी विचारलं.

''माझ्या घराच्या दारावर 'आता तरी निरोध वापरा' असं लिहिलंय! मला चार मुलीच झाल्या, हा माझा गुन्हा?''

''नाही, आमचाही नाही. म्हंजे काय, तर सारी ईश्वरेच्छा, असं म्हणायचंय मला!''

''अहो, मुलगा व्हायचा चान्स मी घ्यायला पाहिजे का नको?''

''घ्या, घ्या, अवश्य घ्या!'' मॅनेजरसाहेब उघड म्हणाले, अन् मनात म्हणाले, 'किंवा कुणाला तरी द्या!'

''हे गस्तीतल्या लोकांचंच काम!''

''कोणतं? मुली होण्याचा नि त्या लोकांचा काय संबंध?''

''ते म्हणत नाही साहेब मी, हे असं दारावर लिहिण्याचा चावटपणा तुमच्या त्या गस्तवाल्यांचाच! मी तुम्हाला ओढून नेऊन दाखवणारच होतो हो! पण जो-तो येऊन, दारापुढे उभा राहून वाचू लागला, तर काय घ्या! म्हणून पहाटे उठून, पाहिल्या पाहिल्या ते सारं पुसून टाकलं! तेव्हा साहेब, तुम्ही त्यांना चांगली खडसावून ताकीद द्या; नपेक्षा याचे परिणाम चांगले होणार नाहीत!'' आणि तो तावातावाने निघून गेला.

केवळ बँकेतच नव्हे, तर साहेबांना घरीही लोकांनी वैताग आणला! दिवसभर बँकेतल्या कामाने दमगीर होऊन घरी यावं, तर तिथे एखादा 'भक्त' त्यांची वाटच पाहत बसलेला असे! ते येऊन खुर्चीवर टेकतात तोवर तो म्हणे–

''साहेब, आपलीच वाट पाहत होतो बघा मी! त्याचं काय आहे,

की आमचा आत्याळचा पावना गचकला हो या गस्तीच्या मोक्यालाच! उद्या त्येची राख सावडायची हाय. मला गेलं पायजे! तवा आजच्या गस्तीच्या पथकातनं माजं नाव क्यान्सल करा नि पर्वाच्या दिवशीच्या लिस्टात घाला. नपेक्षा तुम्ही आनि म्हणाल...''

''बरं बरं! मेलेल्याला लाज नाही! सॉरी, इलाज नाही! मी व्यवस्था करीन.''

रात्रीचे बारा होत आले, तसे देवळापुढील पारकट्ट्याजवळ एकेकजण जमू लागला. हॉटेलात वेटरचं काम करणारा हणमा रायबागे म्हणाला, ''बघा लिस्टात, आजून कोण कोण नग यायचं हैत?''

''बहुतेक आल्यातच! तासगाव्याचा बळी एक यायचा हाय आजून, आनि लाकूड-वखारवाला आयूब!''

''साले घरात बायकांच्या उबेला पडले आसतील, नि आम्ही मात्र...''

''तुम्हीही करून घ्या की बेट्यांनू! न्हायतर तुमच्यात न्याट आसंल तर दुसऱ्यांच्या तय्यार गाठा न् गटवा!!''

''ती नेटाची नि झेटाची मापं ऱ्हावू द्यात! आधी गैरहजरवाल्यास्नी बलवूया चला!''

आणि सारे निघाले. दोन गल्ल्या पार केल्या, की तिसऱ्या गल्लीत बळीचं घर. त्याच्या दाराजवळ आल्यावर सारे दार धडाधड धडकू लागले. बायकोजवळ झोपलेला बळी त्या आवाजाने खडबडून जागा झाला आणि जवळच पासललेल्या बायकोला घाबरून मिठी मारीत कुडकुडत, कापऱ्या आवाजात म्हणाला,

''दरोडा आला जणू!''

त्याच्या मिठीने अर्धवट जागी झालेली बायको झोपाळू आवाजात म्हणाली, ''न्हाय तवा तुमचं एक उठतंय! ईळभर बडद्याकडून मला काव आलाय. गप्प पडा तकडं!''

''आगं दरोडा...''

''काय म्हंता– रोगडा! तुमच्यावर ईवू दे रोगडा!'' अजूनही तिची झोप गेली नव्हती.

''रोगडा न्हवं, दरोडा दरोडा! मला तर बया कन्नून मुताय झालंय भ्या वाटून! मागचं दार तरी उघड. पळून जातो.''

"आमच्या घरावर दरोडा?" आता पूर्ण जागी झालेली त्याची बायको दोन गल्ल्यांना ऐकू जाईल अशा खणखणीत आवाजात म्हणाली, "कोण घालतंय त्येच बघतो! आंडबिल्ल्याच वडून काढून देतो एकेकाच्या हातात!" नि दाराजवळ जात तिने आवाज टाकला, "कोण हाय् रे ऽ त्ये? तुमाला हांट पाजला धरून! गावातलं सावकार काय वसाड पडलं? आम्हा गरिबांच्या घरावर आलाईसा हाट्यानू!"

"वैनी, आमी हाव हो – बळीदा हाय का?"

"मग मघापास्नं बोलशीला का न्हाय? मुक्क्यानं नुस्तंच दार धडाधडा धडका लागलाईस ते?" आणि दार उघडून ती बोलली, "दिवस कसलं आल्यात बघताच न्हवं? हलक्या काळजाचं माणूस आसलं की भिऊन मुतायचं की हातरुणात! ऐकतासाच न्हवं– जिकडंतिकडं चोऱ्या नि दरोडं..."

"पन वैनी, बळीदा कुठं हाय?"

"ते गेल्यात परड्यादाराला! का त्या दारानंच परड्यांगाला पळून गेलं कुणाला दक्कल!" तोंडाला पदर लावून खुदुखुदु हसत बळीची जिभेला हाड नसलेली बया म्हणाली, "तुम्ही दार धडकाय लागल्यावर दरोडाच पडला म्हणून भ्याल्यात! बरं, का आलतासा इतकीजणं?"

"बळीची पाळी हाय!"

"पाळी?" एवढाले डोळे पसरीत ती बया बोलली.

तशी जीभ चावत हणमा म्हणाला, "आव वैनी 'ती' न्हवं हो! आमी म्हंतो ती गस्तीची पाळी हो!गस्तीला त्येचं नाव हाय आज."

"आनि हे आत्ता सांगाय आलाईसा?"

"आवं, ईळभर नाव लिवून ठेवलंतं न्हवं बळीदाचं– देवळाम्होरल्या बोर्डावर!"

"आता ते आनि कुनाला वाचाय येतंय– मला का 'त्येनला?"

एवढ्यात तिचा तो, 'त्ये'नला आतून बाहेर आला नि हात ताणून जांभई देत म्हणाला, "गड्या हो, मी आलो आस्तो खरं; पन मघाजवनं माझ्या पोटात कळा घाटल्यात न् काय! ईच्यारा हवं तर आमच्या हिला– मघाच तिनं वव्याचा काढा करून दिलाय का न्हाय ते?" खरं तर मनातून तो खूप भ्याला होता. गस्तीच्या यादीत आज आपलं नाव लागलंय, हे तसं त्याला कळलंही होतं; पण गस्तीला गेलो अन्

खरोखरीच दरोडेखोरांशी गाठ पडली तर काय घ्या! डोस्कंच धरून टिप्पीरना देत्यात म्हणं! म्हंजे एक तर माणूस बेसुद्दीच पडावं; न पक्षी मरावंच! बायली, इतक्या लवकर मरायचं न्हाई मला! माज्या बायकूला मी एकच हाय!

"पोटात कळा घाटल्या, म्हणून काय बिघडत न्हाई!"

"आँ?" बळीला काही समजेना.

"म्हंजे आमच्या गस्तीचं नि त्या दरोडेखोरांचंबी काई बिघडत न्हाई! बळीदा, आता तू नुस्ता धा रुपये दंडादाखल दे; म्हंजे काम खल्लास! म्होरल्या आठवड्याच्या तुज्या पाळीपतोर रोज तुज्या पोटात चावलं तरी काय बिघडत न्हाई. काय गाऽ आब्दुल?"

"मैंबी वोच कत्तूं!" खाटक्याचा अब्दुल म्हणाला, "गस्तको कौन आता नहीं, उसने दस रुपय जुर्माना देनेका कायदाच करेसो है– चलो, निकालो दस रुपय दंड!"

"आमची कुठं सीरमंती उतू चाल्लीया बाबानू– तुम्हास्नी दंड देत बसावं?" बायको बोलली.

"दंड द्याचा न्हाय, तर बळीदाला लावून द्या वैनी, जरा 'गावठी औषीद' देताव. म्हंजे कळा थांबत्यातच!"

"त्यो आनि नाद लावा! म्हंजे परपंच्याची इस्कोटवाडी" बोलता बोलता बळीने मुंड्याच्या खिशातली धाची नोट काढून त्यांच्या पुढे करीत म्हटलं, "हं! ही घ्या!"

"म्होरच्या आठवड्यातबी धाची पत्ती अशीच देणार, का गस्तीला येणार?"

"ह्या दरोडेखोरांच्या तडाख्यातनं– गड्यानू आजचा भरोसा न्हाई; आनि म्होरल्या आठवड्याची बात कर! गेल्या दोन रोजांत मिरज, जैसिंगपूर, इच्चलकरंजी हितंबी डाकं पडलं!"

"एवढी घट्टघंबीर बायकू सोबतीला जवळ आस्तापैकी तुला कसलं भ्या बळीदा?"

तसं धाडकन दार लावून घेऊन बळीच्या बायकोने आपला राग मूकपणेच व्यक्त केला!

इकडे गस्तीपथक निघालं. खाटक्याचा अब्दुल म्हणाला, "अब्बी चलो आयब्याके पास! साला, आयाच नही अब्बीतक!"

"चलो तर चलो! आपलं काय, इयाटमें झिंगा, लसूनमें कांदा! चलो!"

गावातून गेलेल्या जुन्या हायवेवरच आयुबची वखार होती. वखारीच्या मागच्याच बाजूला असलेल्या घरात आयुबने आपला प्रपंच थाटला होता. वखार जवळ आली, तसं बाहेरच्या वळचणीला मुटकुळं करून पडलेलं काळं कुत्रं उठून भुंकायला लागलं. 'तुज्या आयला तुज्या व्हळीकणीच्या!' म्हणत हणमाने रस्त्याकडेचा एक दगड उचलला नि कुत्र्याच्या दिशेने अनमानधपक्याने भिरकावला; पण नेम धरून मारल्यागत तो त्याच्या पेकाटात बसला आणि 'क्वाँय् क्वाँय्ऽ' करीत कुत्रं सुरक्षित अंतरावर जाऊन तेथूनच भुंकत राहिलं.

या गोंधळाने आतल्या छपरात झोपलेला गनी जागा झाला. तो आयुबच्या वखारीत हमाली करी. कुठे दोन-चार मणाची ऑर्डर आली, की हा वखारीच्या ढकलगाड्यावरून लाकडे घरपोच करी. ईळभर साताठ रुपये सुटले तरी हा राजा!

ही इतकी बला माणसे एकदम भुईतून सैतानाची औलाद यावी तशी समोर आलेली पाहून, अजून डोळ्यांतली पुरती झोप न गेलेला गनी डाकाच आला या समजुतीने गर्भगळीत झाला आणि 'डाका आया, डाका आया! अल्लाऽ अल्लाऽऽऽ बचाव बचाव रे मेरेकू' म्हणत तोंडाने ठो: ठो: ठो: बोंबलत नि आपल्या डायलॉगला वेगळंच पार्श्वसंगीत निर्माण करीत अंगावरच्या चादरीनिशी पळूच लागला. तशी खाटक्याचा अब्दुल कन्नून पळत, पाठलाग करीत गेला व झ्याल खाऊन त्याला पकडीत त्याने दोन लाफे चढवून देत म्हटलं, "अब्बे सालेऽ! सुवरके बच्चे! पहच्याना नहीं हमकू? क्या चढाऊँ और एक लाफा?"

तसे गनीचे आता कुठे डोळे उघडले, हे तर आपल्या पहचानीतले, आपल्याच भागातले आदमी! त्याच्या जिवात जीव आला. धापत, दम खात त्याने विचारलं, "अब्दुलभाई, क्या काम काढ्या बाऽ यत्ती रातपारे?"

"चल, जरा आयुबको उठा, चल. काम है।"

पण तोवर आयुबच गनीच्या शंखध्वनीने जागा होऊन घरातून भाला सरसावत बाहेर धावत आला– 'कहाँ है वो सालेऽ? एकेकको खल्लासच करतूँ!" म्हणत. पण, गस्तीवाल्यांनी त्याच्यावर झडप

घालून भाला हिसकावून घेताच त्याची वीरश्री संपली व नूर पालटावा तसा 'भाँऽ' करून रडत तो गस्तवाल्यांच्या पायांवर कोसळला. म्हणू लागला. "क्या हुनासोऽलेव! मजे मारू नको जी. मैं बालबच्चेवाला आदमी हूँ!"

तसे सारेच खोऽ खोऽ करून हसू लागले.

"आयुब, ऊठ! आमी काय डाका घालाय आलो न्हाई, तुला गस्तीसाठी बलवाय आलोय, आज तुजी पाळी हाय, हे बघ लिस्टातबी नाव हाय!"

"मेरी पाळी हाय? मेरेकू मालूमच न्हाय!"

"देवळाम्होरल्या बोर्डावर ईळभर नाव हुतं. तू वाचलं न्हाईस त्येला आमी काय करावं?"

"मगर... मगर मी... गस्तीला...?" आवंढा गिळून आयुब म्हणाला. "आता तुम्ही बघितलासाच का न्हाय– मला धड भालाबी धराय ईना, नि मी कसली गस्त घालतोय? तुम्ही असं करा, माज्या वखारीतल्या ह्या गनीला माज्या बदली गडी म्हणून गस्तीला न्यावा जावा!" अन् मग आवाजात एकदम हुकमत आणीत त्याने गनीकडे मोहरा वळवीत म्हटलं, "ज्या बेऽ गस्तीको मेरे बदले! सुब्बे नाष्टेको पाँच रुपये देतूं तेरेकू!"

तसा मनोमन गनीही सुखावला. आता सुब्बे हुण्यास असा कितीसा वख्त? खाली तीन-चार घंटा! मग डब्बल चपाती-भाजीचा नाष्टा हायच. भजीबी संगट! तो हरखूनच म्हणाला, "चलो, आतूं!"

आणि एवढा टायरनाया झाल्यावर मग कुठे गस्तीला सुरुवात झाली. आता रात्रीचा एक होऊन गेला होता. सर्वत्र सामसूम झाली होती. कॉलनी व नवी वसाहत यातील सर्व गल्लीगल्लींतून एक राउंड मारून झाला होता. होलसेल किराणा व्यापारी बत्तीराम शेठजीच्या बंगल्याजवळ गस्तीचे दोघं पोलीसही भेटले होते. दोनेक मिनिटांत तोंडातली शिटी फुंकीत ते सायकलीवरून राउंड मारीत होते. गस्त पथकाला पाहून ते खाली उतरले.

"कोण रं तुम्हीऽ?– थांबा! खडे रहो!" ढोबळा पोलीस गरजला.

"आम्ही गस्तवाले, साहेब."

"चोर नक्की न्हवं ना?"

"नक्कीच नाही, साहेब."

"मग दरोडेखोर तरी?" त्यातील उंचेल्या पोलिसाने विचारलं.

"अहो, चोर– तेही टिनपाट! चोर व्हायला जमंना आम्हाला, नि दरोडेखोर व्हायला कुठलं जमतंय?"

"आत्ताच काय ते खरं सांगा! आम्ही काय तुम्हाला फार त्रास देत नाही; कारण दरोडं घालणं हे काम आधीच त्रासदायक असतं! आम्ही तुम्हाला त्रास देणार नाही. अटक करू, आरामात कचेरीत नेऊ आणि आरामात लॉकअपमधी घालू, काय?"

"आमचीही ह्यो आराम कराय काय 'ना' नव्हती; पन अगदी खरोखर खरोखर म्हंजे काय तर डिक्टो आम्ही गस्तवालेच हाय हो, साहेब! काय चुकी झाली आसंल तर माफ करून घ्या, साहेब."

"बऽरं, अच्छा! माफ केलं. जावा आता."

"पन आनि एक डाव माफ करा साहेब. आम्ही हे इच्यारताव म्हणून म्हणा, 'माफ केली!"

"बरं, माफ केली! इच्यारा. आटपा लवकर! अजून आम्हाला चार-पाच वॉर्डांत राऊंड मारायला जायाचं हाय."

"साहेब, मघापास्नं हितं वास घणाय लागलाय, कुठं मिळाली साहेब, तुम्हाला आपली 'ही?' म्हंजे 'गावठी' हो?"

"बरीच पक्क्याबोड्याची हैसा की रं! आसता गस्त घालायची म्हंजे अशा थंडीवाऱ्यात फिरायचं आस्तंय, तवा पोटात जरा 'बाई' पडायलाच पायजे!"

"हॅ ऽ हॅऽ हॅऽ! आम्हीबी तेच म्हंतोया साहेब. हॅऽ हॅऽ हॅऽऽ!"

"राइट! बरोबर! तर आसं करा– गावाभाहेरल्या वडार वस्तीत जावा. 'गिडाप्पा वड्डर' म्हणून हाळी मारा आनि साजन्नावर हवालदारानं लावून दिलंय म्हणा. म्हंजे चोख मिळती पयल्या धारंची!" न् मग दोघंही सायकलवर टांग टाकून निघून गेले.

मग गस्तवालेही गस्त घालायची सोडून 'बाई'च्या शोधार्थ बाहेर पडले; कारण आता गस्तीच्या कामापेक्षा 'बाई'चा शोध हेच (जास्त) महत्त्वाचं काम होतं. मघा बारालाच सरकारी दारूची दुकानं बंद झाल्याने आता 'गावठी बाई' शोधणंच प्राप्त होतं.

गिडाप्पा वड्डराच्या खोपटातून कप कप हाणून सारे परतले. आता

'बाई' पोटात पडल्याने सारे हवेत तरंगतच होते. त्यापायी बळी तासगाव्याने दंडापोटी दिलेली दस्सुकडीची नोट खर्ची पडली होती. नाहीतरी रोज कुणा ना कुणाकडून येणारी दंडाची रक्कम गस्त-पथकाच्या चहापाण्यासाठी खर्च होत असेच; पण असं रात्रीचं जागरण असेल, तर कुणाला चहाची सवय असते, तर कुणाला पाण्याची! आणि काहींच्या लेखी पाणी म्हणजे 'गुळाचं पाणी' अर्थात 'गावठी'!

"आपल्या 'कर्मभूमी'जवळ आल्यावर गस्त-पथकातला गनी म्हणाला, "आता आसं करू या, ह्या हायवेनं आसंच कॉलनीच्या गल्ली नंबर पाचला जाऊ नि तिथनं एकमेरीनं सगळ्या गल्ल्या घेऊ या आणि नव्या वसाहतीला मुरडा मारू या, की आपली ड्यूटी खतम! म्हंजे तंवर का पाऽटंचं चार-साडेचार तरी हुत्यातच मग आनि भगाटायची वाट बघत कशाला बसायचं? सुटूयाच की आपापल्या घराकडं नि ताणून दिऊ या! पाऽटंची तेवढीच एक-दोन कलाक झोप तरी मिळंल! आनि चोर भोसडीचं पाऽटंचं कशाला येतील?"

हे सगळ्यांनाच पटलं. हायवेनं सारे तसेच खाली येऊ लागले. गल्ली नंबर पाच जवळ येतात तो समोरच्या म्युनिसिपालिटीच्या शॉपिंग सेंटरच्या गाळा नंबर दोनमधील 'फॉरेन लिकर शॉप'च्या पुढे एक मेटॅडोर उभी, अन् दोघं-तिघं जण तीत दुकानातला माल भरत असलेले! गस्त-पथक जवळ गेलं.

"कोण रं तुम्ही?" हणमाने विचारलं.

"फॉरेन लिकरवाले... म्हंजे इंग्लिश दारूवाले!"

"चोर न्हवं ना?"

"न्है. बिलकुल न्हैऽ."

"मग दरोडेखोर तरी?"

"अजिबात न्है."

"मग काळजी न्हाई! आमचीबी ही टोळी काय दरोडेखोरांची न्हवं! तवा तुम्हीबी भिवू नका! पन हे सांगा, हितं अशा आवरातीचं काय कराय लागलाय?"

"माल न्हाय लागलाव! हे गाव तालुक्यावानी लहानसं. त्यात असलीच आणखी साताठ दुकानं गावात, तवा येपार म्हणावा तसा हुईना, म्हणून जिल्ह्याच्या गावाला हे दुकान हलवायचं चाललंय, उद्या

तिथं उद्घाटन हाय– आमदारसाहेबांच्या हस्ते!''

"मग लाईट तरी लावा की– ब्याटरीच्या उजेडात माल काय भरून हुणार?''

"वीज-बिल भराय न्हाई, म्हणून वीज-बोर्डानं कनेक्शन कट केल्यानं हाय! या, जरा हातभार लावा, या! सारा माल भरून, तीन तासांचा टप्पा पार करून उजाडूपतोर जिल्ह्याचं गाव गाठायला पायजे आम्हाला!''

"हातभार लावताव. पन आपुनबी आमच्या हातावरती काय तरी 'भार' ठेवला पायजे!''

"अवश्य! अवश्य! प्रत्येकाला एकेक क्वार्टर देताव, चला– या!''

तसे हारकून टूं होत सारे धावले. भराभरा आतील मालाची खोकी व बाटल्यांच्या पुठ्ठे गुंडाळलेल्या पॅक (पुठ्ठ्याच्या) चौक बॉक्स मेटॅडोरमध्ये भरू लागले. अर्ध्या तासाच्या आत दुकानातला सारा माल गाडीत! गाडीच्या स्टीअरिंग व्हीलवर गवा-रेड्यागत चौअंगानं भरलेला एक माणूस बसला होता. तो निरोपादाखल म्हणाला,

"अच्छा, तो हम चलते हैं भाय! ये लो एकेक को पेशल क्वार्टर!'' आणि त्याने खाली पायातील हौदात ठेवलेल्या बॉक्समधील क्वार्टर काढून प्रत्येकाला एकेक दिली. मग हात लांब करून त्याने बाजूच्या सीटजवळून एक शिसा काढला व तो गस्तवाल्यांपुढे धरीत म्हटले, "और ये खास मेरी तरफसे सबको प्रेझेंट! 'थ्री एक्स, रम' बाटके लेव, मजा करो और गस्ती जारी रख्खो. निगरानी करो, कोई चोर-डाकू आने ना पायें!''

आणि त्याने स्टार्टर दाबला. गाडी सुरू झाली व भर्रकन निघून गेलीही! तसा अब्दुल म्हणतोय कसा, "इसकी माँ की! साल्यानू, साऱ्यांनी काल सुब्बे फझराफझर कोल्ह्याचं त्वांड बघिटलातासा का काय रे? वडराच्यात मघा गावठी मिळाली, आनि आता ही इंग्लिश! लावा तोंडाला आता तशीच– बिन पान्याची!''

दुसरा दिवस उगवला आणि मावळलाही. तिसऱ्या दिवशी मात्र जिल्हा-पेपरातून फ्रन्ट पेजवर फोटोसह खास चौकटीत छापलेली बातमी वाचायला मिळाली.

एकाच रात्रीत एक दरोडा व एक चोरी!

**निगवणी ता. २०** (वार्ताहर) – येथील म्युनिसिपल शॉपिंग सेंटर गाळा नं. २ मधील 'फॉरेन लिकर शॉप'वर काल रात्री दरोडा पडून कॅश बॉक्समधील (रकमेचा नक्की आकडा कळला नाही!) आणि दुकानातील बराचसा माल लंपास केलेला आढळला. महिन्यापूर्वीच गावात असाच एक दरोडा पडला होता. तेव्हापासून गावात नागरिकांची गस्त-पथके गस्त घालीत असतात; पण यावेळच्या दरोड्याचे वैशिष्ट्य म्हणजे दरोड्याच्या ठिकाणाजवळच गस्तवाले दारू पिऊन बेहोश पडलेले आढळले. दिवस उगवला व भोवताली बघे लोक जमले, तरी ते शुद्धीवर आले नव्हते. तसेच येथील एका बँकेतील स्टेनो कम क्लार्क कु. रिटा फर्नांडीस हिच्या राहत्या घरीही याच रात्री चोरट्यांनी धाड घालून दागिने, कपडेलत्ते आदीसह दहा हजारांचा माल लंपास केला. चोरट्यांनी केलेल्या मारहाणीत कु. रिटा व तिच्या बँकेचे मॅनेजरसाहेब श्री. जी. एन. यल्लीमन्नोळीकर जखमी झाले असून, दोघांनाही जिल्हा रुग्णालयात दाखल करण्यात आलेले आहे. पैकी मॅनेजरसाहेबांची प्रकृती चिंताजनक असून, महिन्यापूर्वी पडलेल्या दरोड्यातही त्यांना अशीच जबर मारहाण झाली होती. ते वॉर्ड नं. ६ मधील दक्षता समितीचे अध्यक्ष असून, या कार्यबाहुल्यामुळे तुंबलेले बँकेचे काम सफा करायला कु. रिटाची मदत घेऊन ओव्हरटाइम करीत ते तिच्या घरी बसले होते. दमून तेथेच झोपी गेले होते! चोरट्यांच्या तडाख्यात तेच नेमके दुसऱ्याही वेळी सापडावेत, हा दैवदुर्विलास!

गावात असे दरोडे पडत व चोऱ्या होत असताना पोलीस खाते काय करते आहे, असा प्रश्न नागरिक विचारीत आहेत, त्याला उत्तर म्हणून वरील छायाचित्र पाहावे, त्यात जमिनीवर लोळण घेतलेल्या व्यक्ती हे गस्तीवरील पोलीस असून, येथील गांधी चौकात मद्य पिऊन बेहोशावस्थेत ते आढळले. त्यांच्या सायकली मात्र त्यांच्याजवळ दिसत नाहीत. बहुधा त्या चोरट्यांनीच लांबविल्या असाव्यात, अशी चर्चा आहे. येथे महिन्यापूर्वी पडलेल्या दरोड्यातील आरोपींचा तपास अद्याप पोलीस खात्याला लागलेला नाही. तेव्हा पोलीस निरीक्षक श्री. महारुद्र कवळीमठ यांनी सांगितले होते, 'पोलीस तपास चालू आहे.' आताही त्यांनी सांगितले, 'पोलीस तपास चालू आहे.' एकाच मोठ्या टोळीच्या या दोन-तीन तुकड्या असाव्यात, असा आमचा अंदाज असून, गुन्हेगारांना

पकडण्यात आम्ही निश्चित यशस्वी होऊ. जनतेचे मात्र अफवा पसरवू नयेत व पूर्वीप्रमाणेच गस्त चालू ठेवून आम्हास सहकार्य करावे.'

चोरांनी मारहाण केल्यामुळे 'बँक-मॅनेजरसाहेबांची प्रकृती चिंताजनक' अशी बातमी पेपरात येऊनही ते जिल्हा रुग्णालयात वारल्याची भूमका गावभर उठली व 'खरंच का वारले?' याच्या चौकशीसाठी त्यांच्या बंगल्याकडे नागरिकांची रीघ लागली. अखेर लोकांच्या या वणव्याला कंटाळून बंगल्यातल्या त्यांच्या नातेवाइकांनी बंगल्याबाहेर बोर्ड लावला–

***'मॅनेजरसाहेबांची प्रकृती ठीक असून, त्यांचे तसे काही बरेवाईट झालेले नाही. चौकशीस आलेल्यांचे आभार!'***

◆

# खेळी

खरं म्हणजे शाळा सकाळी आठलाच भरायला हवी होती; पण आता नऊ होऊन गेले तरी चावरेकर मास्तर अंथरुणावरून उठला नव्हता. डोंगरमाथ्यावरील या आडवळणी गावात ही एकुलती एकच प्राथमिक शाळा होती. तीत पहिलीपासून चौथीपर्यंतचे वर्ग होते. राजकारण आडवे आल्याने कर्नाटकात डांबलेल्या मराठी सीमा भागातील या आडगावात सातवीपर्यंतची शैक्षणिक सुधारणाही होऊ शकली नव्हती, की चौथीपर्यंतच्या विद्यार्थ्यांना शाळेची धड इमारतही नव्हती. पहिलीचा व दुसरीचा वर्ग चावडीच्या मागच्या अंगाला असलेल्या या बामणाच्या पडवीत (नोकरीचाकरीपायी बामणांनी गाव सोडल्यालं, त्येंच्या जमिनी कुळवाड्यांनी कुळकायद्यात बळकावलेल्या, मग इथं कोण राहायचं नि हे घर तर काय करायचं, म्हणून शाळेसाठी दिलेलं!) भरत, तरी तिसरी-चौथीचे वर्ग उगवतीच्या अंगाला असलेल्या अंबाबाईच्या देवळात भरत. पहिलीचा वर्ग चावरेकर मास्तराकडे होता, नि त्याचं नेहमी एकच तुणतुणं असे– 'ह्यो पहिलीचा वर्ग नव्हं? शिकवायला लय अवघड बघा! काय एकेक इब्लिस कार्टी असत्यात म्हंतासा... एक येळ हायस्कुलातलं-कॉलेजातलं शिकवणं सोपं, पन ह्यो पयलीचा वर्ग...!'

काही वेळ तसाच अंथरुणावर लोळत

घालविल्यावर आळोखेपिळोखे देत मास्तर उठला. काल नागझरीची म्हाई, म्हणून मास्तर डोंगर उतरून खाली गेला होता. हेडमास्तर ढोले तिथलाच असल्यानं त्याच्या घरी आमंत्रण होतं. नागझरीस्नं पल्याड मावळतीकडं दोन माळ वलंडून गेलं, की महाराष्ट्र हद्दीतलं अर्जुनवाडी गाव लागे, तिथल्या सरकारी दारू दुकानातून एकदम कडक दोन बाटल्या ढोलेनं आणल्या होत्या. इथल्यापेक्षा तिकडे निम्मा रेट होता. इथं चार रुपयांना १०० मिली, तर तिथं दोन रुपयांना. दोन-चार रुपयांची तिथं हाणली, की माणूस उलटा-पालटा व्हावा; पण इथली १०-१५ रु.ची हाणावी तेव्हा कुठं! तर ती तसली दारू, मटण आपल्या खिशातलं काहीही खर्च न होता दुसऱ्यांच्या खर्चानं हे दोन्ही मिळतं, तेव्हा तर आणखीन रंगत चढती! आणि त्यानंतर अर्जुनवाडीतला तमाशा...! मध्यान रात उलटून पयली चान्नी उगवायला ढोलकी थंड पडली, तसा ढोले म्हणाला होता, 'गुर्जी, रहावा हितंच भगाटायपतोर नि मग जावा म्हणं सक्काळला!' यावर चावरेकर मास्तरनं म्हटलं होतं, "पन सकाळची शाळा?" तशी ढोलेची ट्यूब पेटली होती न् तो म्हणाला होता, "माज्याबी वर्गावर जरा नदार असू दे! मीबी येतोच धा-साडे धा पतोर!" आणि तिथून आल्यावर आपण जे पडलो मुडद्यागत, ते आता डोळं उघडतोय.

जागा झाला तरी अजूनीही मास्तरच्या डोळ्यांत झोप मावत नव्हती. अंथरुणातून उठावंसं वाटत नव्हतं. आगतीनं 'उठा' म्हणून कुणी उठविणारंही नव्हतं! त्याची बायको तालुक्याच्या गावची, सासरा खमक्या आणि आडव्या डोस्क्याचा. 'तू चांगल्याशा गावात बदली करून घे, मी माझ्या सोन्यासारख्या लेकीला त्या आडगावात लावून देणार न्हाई.' असं त्यानं स्पष्ट सांगितलं होतं! लग्न झालं, तेव्हा तो तालुक्याच्या गावीच होता; पण सहा महिन्यांत बदली झाली आणि या डोंगरात येऊन पडावं लागलं होतं! 'बायकोचा पायगुण म्हणून लग्नानंतर लगेच अशी बदली झाली नि 'ब्रह्मचर्य हेच जीवन व वीर्यनाश हा मृत्यू' म्हणत बसायची वेळ आली होती. दोन-तीनशे रुपये कनवटीला लावून तो बीट ऑफिसरला भेटलाही होता. एका खानावळीत नेऊन डॉक्टर ब्रॅन्डीची अख्खी क्वॉर्टर, स्पेशल मटन, परोठा, बिर्याणीचा निवद दाखविल्यावर कुठं थोडा प्रसन्न होऊन तो बोलला होता, "हे बघा

चावरेकर, वर्षभर काढा तिथं! ॲडजेस्ट करा कसं तरी!'' यावर आडात कोसळल्या माणसागत चेहरा करीत मास्तर म्हणाला होता, 'अहो, पण माझी बायको...? सासरा पाठवून देईना- त्या आडवळणी गावात!'' यावर 'खो, खो,' करून हसत साहेब म्हणाला होता,

'अहो, नाही का पाठवून देईना. नो प्रॉब्लेम! तिथं गाठा की एखादी! जीवनात ॲडजेस्टमेंट करावी लागते माणसाला! पुढील वर्षी पाहू! टाकू एखाद्या चांगल्या गावी! न् मग तुमचं काम झालं, म्हणजे तेव्हाच तुम्ही काय द्यायचं द्या!' यामुळे आहे त्या परिस्थितीत तडजोड करून दिवस काढणं भाग होतं! शनिवारी शाळा सुटल्यावर यस्टीने तो गाव गाठे व रविवारी शेवटच्या यस्टीने इकडे येई. रात्रीच्या जेवणाचा डबा येताना त्यानं आणला असला, तरी पुढल्या शनिवारपर्यंतचं जेवण देवळामागच्या खोलीत त्याला हातानंच करून खावं लागे. झुणका, भात, भाकरी वगैरे, सवयीनं त्याला आता करता येऊ लागलं होतं.

अखेर सारा कंटाळा झटकून, मनाचा हिय्या करून मास्तर उठला व त्यानं खसाखसा चूळ भरली, तोंड धुतलं. पुरेशी झोप न मिळाल्याने तारवटलेले डोळे पाणी लागताच चुरचुरले. तोंड पुसून तो बाहेर पडला. आजच्या अंगोळफिंगोळी सकाळच्या साऱ्या कार्यक्रमांना बुट्टी मारून आधी शाळेत जायला हवं होतं. शाळेकडे जाताना वाटेत इराप्पा मांजरीकरचं हॉटेल लागे, तिथं एक कप चहा हाणून तो शाळेजवळ आला... त्या लांबट सोप्याला मधोमध एक दार व दोन्हीकडे दोन खिडक्याही होत्या. उजवीकडील खिडकीजवळ मास्तरची खुर्ची होती व कंटाळा आल्यावर तीतून बाहेरील गल्लीतील रहदारी न्याहाळता येत असे.

मास्तरनं शाळेत पाहिलं, तर विशेष मुलं अजूनीही जमली नव्हती, अन् थोडीबहुत होती, तीही गोंगाट करीत होती. मास्तर आत शिरताच आपापल्या जागेवर बसण्यासाठी मुलं पळू लागली. एक पोर मास्तरच्या धोतरात पाय अडकून धाप्पदिशी पडलं अन् रडू लागलं. मास्तरनं त्याच्या पाठीत एक खच्चून बुक्की हाणली.

''सुक्काळीच्या, दिसत न्हाई तुला? जा. बस जा जाग्यावर. रडलास तर मुंडक्यावरच उभा करतो बघ!'' अशी पहिली नौबत झाडल्यावर मास्तर खुर्चीवर बसला नि त्यानं सर्व वर्गावरून नजर फिरवली.

एवढ्यात सात-आठ पोरांचं एक टोळकं वर्गात शिरलं आणि भेदरलेल्या कोकरागत भिंतीशी जाऊन बसलं, त्यात वर्गाचा 'मुख्यमंत्री' म्हणून नेमलेला धोंड्याही होता. (पुढं मोठा झाल्यावर मुख्यमंत्री होईलही बेनं, तशी लक्षणं आतापासून दिसत होतीही!)

"धोंड्या!" मास्तरनं मुख्यमंत्र्याला हाक मारली. नावाआधी एखादी सणसणीत शिवी आली नाही म्हणजे ही हाक तशी आदरार्थीच होती.

"काय गुर्जी?"

"बबन्या, तुक्या, परश्या, म्हमद्या– सारी कुठं हैत?"

"ती आली न्हाईत, गुर्जी!!"

"गाढवीच्या, ते मलाबी दिसतंयच की! खरं शाळेला का आली न्हाईत ती शेंदडीची?"

यावर काय उत्तर द्यावं, धोंड्याला समजेना. सारी पोरं आली नाहीत, हा आपलाच दोष असल्यागत तो खरखर मुंड्यागत उभाच राहिला.

"जावा रे, बलवून आणा जावा साऱ्यास्नी!"

मास्तर कडाडला.

तशी जमलेली निम्म्याहून अधिक मुलं बाहेर पळाली व उरलेल्यांना मास्तरनं शाळा झाडून काढायला लावली. दोन-तीन झाडू होते, ते घेऊन पोरं फराफरा लोटू लागली, तसा सगळीकडे केर व धुरळा उडू लागला न् आत बसणं अशक्य झाल्यानं मास्तर बाहेर आला.

समोरच्या घरातील मुरग्याप्पा बनगराची बायको या वेळी भांडी घासत बाहेर बसली होती. परमेश्वराने हाडा-मांसाचं वाटप करताना या बाईला खूप झुकतं पारडं टाकलं होतं. हवं तिथं तिथं ते-ते भरपूर दिलं होतं. तपस्वी साधूंनीही संन्यस्त वृत्तीवर तुळशीपत्र ठेवावं, अशी छबीदार सूरत फाकडी होती ती!– तिला पाहून मास्तरचा जीव चक्राकार घातल्यागत होऊ लागला...

या वेळपर्यंत पोरांनी शाळा झाडून काढली होती, अन् त्यातील बऱ्याचजणांनी बाहेर येऊन गोट्यांचा डाव मांडला होता. एवढ्यात गावात मुलांना बोलवायला गेलेली पोरंही परत आली. एका नाठाळ कार्ट्याला तर त्यांनी तिरडी उचलावी तसं हात-पाय धरून आणलं होतं. कानडी मास्तरनीचाही अजून कुठं पत्त्या नव्हता. आयला हे

दोन्ही-तिन्ही वर्ग (हे दोन नि त्या ढोल्याचा एक!) आज एकट्यालाच सांभाळायला लागत्यात की काय कुणाला दक्कल, असा विचार करत त्या पोरांपाठोपाठ मास्तर आत शिरला, तशी गोट्या खेळणारी पोरंही आत आली व आपापल्या जागेवर बसली. सर्व शाळेभर माजून राहिलेला गोंगाट क्षणभर थांबला. तसं एका आगाऊ पोरानं विचारलं,

"मास्तर, पारथना म्हणू?"

"बेन्याबाळू, किती वेळा तुला सांगितलं, 'मास्तर' म्हणायचं न्हाई, तर 'गुरुजी' म्हणायचं, म्हणून!!"

"चुकलं मास्त... आपलं गुर्जी... पारथना..."

"हंऽ, म्हणा तर सर्वजण!"

त्याबरोबर साऱ्या पोरांनी तार स्वरात, 'अनंता तुझे गोल, तारे तुझे' वगैरे सुरू केलं आणि मास्तार खिडकीतून बाहेर पाहू लागला. बनगराची बायको आता आत निघून गेली होती. विरही प्रेमिकागत एक सुस्कारा टाकून त्यानं आत नजर वळविली...

प्रार्थना संपली, मुले खाली बसली; तसा मास्तर वस्सकन ओरडला,

"शंकऱ्याऽ, शिंदडीच्या, प्रार्थना म्हणत हुतास? व्हय रे गाढवा, बोल त्या नाम्याला का मारतोस?"

'गुर्जी, नामानं मघा हूक भरस्तोवर मारलं बघा मला."

"का रं नाम्याऽ, का मारलास त्येला? लै मस्ती आली व्हय रे लवंडीच्या!"

"गुर्जी, मघा गोट्यानं खेळतावख्ती ढोपरलाच न्हाई बघा, सांडसुक्काळीच्यानं."

"तुमच्या बायकूचा टांगडा! शिव्या द्यायला शिकलाईसा? शिव्या देणं वाईट, म्हणून रोज बोंबलतोय हितं मी! उठा साल्यानू, उठा, आंगठे धरा!"

तसे दोघेही वाकले व आपापल्या पायांचे अंगठे धरून ओणवे झाले. तसा मास्तर म्हणाला,

"रघ्या नि बबन्या, बसा रे घोड्यावर!!"

रघ्या व बबन्याने पाक्कदिशी उडी मारून घोड्यांवरती मांड ठोकली...! इकडे मास्तरनं कपाटातून हजेरीबुक काढलं नि हजेरी घेऊ लागला... शाळेतून पोरं बोलवायला पाठवूनही बरीच मुलं गैरहजर होती, त्याचं

नेहमीगत मास्तरला आश्चर्य वाटलं. हजेरी घेऊन संपताच मास्तरनं मान वर केली व 'मुख्यमंत्र्या'कडे पाहत फर्माविलं, "धोंड्या, पेटीतली पाट्या-पुस्तकं काढ आणि सगळ्यांना वाट बघू!!"

बोर्डाकडून शाळेला मोफत पाट्या व पुस्तकं मिळाली होती. ती मुलांना घरी घेऊन जाऊ दिली, तर पुस्तके फाटलेली व पाट्या फुटलेल्या आढळून येत, म्हणून शाळेतच त्यांना पाट्या-पुस्तके देऊन, शाळा सुटल्यावर परत घ्यावी लागत.

धोंडीरामनं सर्वांना पाट्या-पुस्तकं वाटली, बरीच मुलं हजर नसल्याने जी होती, त्या सर्वांना ती पुरून आणखी उरली. मग मास्तरनं त्या पुस्तकातीलच एका पानावरील शुद्धलेखन काढायला मुलांना सांगितलं आणि आपण बाहेर येऊन उभा राहिला... बनगरची बायको आता रिकाम्या घागरी घेऊन पाणवठ्याकडे जात होती. तिच्या चालण्याच्या धांदलीपेक्षाही चापून कसलेल्या कासुट्यातून अधिकच उठावदार दिसणाऱ्या पुष्ट नितंबांची धांदलच अधिक होत होती. कोपऱ्यावरच्या बकस मुलाण्याच्या घराजवळच्या वळणावरून ती नजरेआड होईपर्यंत मास्तर तिच्या पाठमोऱ्या छबीकडे अनिमिषपणे पाहत राहिला. मग त्याचं वढाळ मन तिची व स्वत:च्या बायकोची तुलना करू लागलं.

मास्तरची बायको गडकऱ्यांच्या 'प्रेमसंन्यास'मधील गोकुळच्या बायकोगत होती. म्हणजे 'नाकाचा सरळपणा भुवयांनी पत्करून, भुवयांचा वक्रपणा नाकाने धारण केलेला' वगैरे...! त्यामुळं मास्तरला बनगराच्या बायकोचं रानवेलीगत फोफावलेलं आडदांड सौंदर्य फारच आवडत होतं; अन् मनोमन त्याला मुरग्याप्पा बनगराचा हेवाही वाटू लागला. जोराचं वैलवारं सुटलं, तर शिवराच्या कापसागत उडून डोंगराखालच्या बिरनाळात पडेल असा तुरकाठी पैलवान मुरग्याप्पा नि ही असली बायको! त्यो वर बसल्याला खेळ्या नेटका सोगा सोडून फाटक्या सोग्यातच बावनकशी सोनं का बरं टाकत असतो? त्याच्या या चक्रमपणाला म्हणावं तरी काय?– मास्तरच्या जिवाची उगीच उलघाल होऊ लागली...

मास्तर असाच उभा होता, तोवर वर्गातून एक पोर बाहेर आलं, नि मास्तरची नजर चुकवून उंदराच्या पिटकागत सळ्ळदिशी पळालं. त्याच्यापाठोपाठ दुसरं एक कार्टं उठलं नि जाऊ लागलं, तोच मास्तरचं त्याच्याकडे लक्ष गेलं; पण मास्तरच्या तोंडून एखादी शुद्ध ग्रामीण शिवी

बाहेर यायच्या आत त्या बारशिंग्या बेन्यानं आपली करंगळी दाखविली व मास्तर 'व्हय, नको' म्हणायच्या आत पुढं चालू लागलं.

तसा मास्तर आत आला व पोरांचं शुद्धलेखन पाहू लागला. फक्त सात-आठजणांनी शुद्धलेखन काढलं होतं (विद्यार्थी म्हणवून घ्यायच्या लायकीची एवढीच, बाकीचा सारा कचरा!– मास्तरच्या मनात आलं!) इतर मात्र उगीच टिवल्याबावल्या करीत बसली होती. मास्तरला राग आला नि त्यानं त्यांच्या पाठीत एक एक धपाटा घालावयास सुरुवात केली. मग घोडा झालेल्यांनाही प्रसाद मिळाला!

"तुमच्या बायलीऽ अजून तुम्ही वणव्यानं उखाळ चाटायला लागलाईसा! बसा खाली नि शुद्धलेखन काढा!!"

शुद्धलेखन काढण्यापेक्षा घोडा होणं किती सोपं होतं! मोठ्या नाइलाजानं पोरं खाली बसली आणि थुंकी लावून पाट्या 'स्वच्छ' करीत त्यावर गिरगटू लागली...

तोवर कानडी अव्वा आली. हिचं नाव यल्लव्वा साजन्नावर होतं; पण यल्लव्वा हे नाव थोडं जुनाट वाटत असल्यानं तिनं विजया हे आधुनिक नाव स्वत:च स्वत:ला लावून घेतलं होतं. विजया म्हटल्यावर १७/१८च्या ऐन भराच्या उमरीची न् उफाड्याची गोंडस देखणी तरुणी मन:चक्षूंसमोर उभी राहत असली तरी ही बया चांगली तिशीच्या घरातील, नि कोळशाच्या वखारीची मॅनेजमेंट बॉडी सांभाळत असल्यागत काळी ढूस अशी अस्सल बनहट्टी कलरची होती. वक्ष:स्थळं व नितंब यांतून बरीच चरबी उसळ्या मारीत होती व तिथंही वाट न मिळाल्याने पोटावरील तीन वळ्यांतून ती बाहेर पडण्यास उत्सुक होती.

या वर्षापासूनच कानडी शिकविण्यासाठी तिची नेमणूक 'वरून'च झाली असल्याने तिच्या साऱ्या वागण्यातच बीट ऑफिसरचा तोरा असे. दुसरीचा वर्ग ती केवळ सकाळची हजेरी घेण्यापुरता सांभाळी, नि सगळ्या वर्गावर कानडीचा एक एक तास घेतला की, संपली तिची ड्यूटी! पण कधी कधी अशी उशिरा आली, म्हणजे दुसरीच्या वर्गाची हजेरीही चावरेकर मास्तरलाच घ्यावी लागे व दुसरीच्या वर्गाचे कानडी सोडून इतर विषय देखील घ्यावे लागत, ते निराळेच!

ही बया कानडी शिकवीत असल्याने तिला कानडी अव्वा (बाई) हेच नाव गावभर रूढ झालं होतं. या अव्वाने अजून कुठल्या अप्पाशी

(बापयाशी) वाजवून घेतलं नसल्याने तशी ती अजून कुमारीच होती. लग्न होईपर्यंत नोकरी न् आता होण्याची आशा मावळलीय म्हणून नोकरी, असा सरळ हिशेब, तिच्या आजवरच्या आयुष्याचा!

'माझ्याबी वर्गाची हजेरी घेतली वाटतं!' कानडी अव्वाने एक अनुरागपूर्ण कटाक्ष बक्षिसागत मास्तरकडे टाकत म्हटलं.

"हॅ:ऽ हॅ:ऽ हॅ:ऽ!" ओशाळेपणानं हसत मास्तर म्हणाला, "तुमचा वर्ग काय न् माझा वर्ग काय, दोन हैत का?"

"ते झालं, पन वार्षिक तपासणी जवळ आलीय, अंदाजपत्रकात नमूद केलेला अभ्यास अजूनही पूर्ण करता नाही आलेला! काय करायचं...?"

"काय करणार आम्ही तर? या पयली-दुसरीच्या वर्गांना शिकवणंच अवघड हाय बघा! काय एकेक नमुन्याची कार्टी हैत म्हंता! कसंबसं शिकवून सालं अखेर प्रमोट करून वर ढकललं, तरी पुन्हा नवीन भरती असतीच!"

"हिकडं हे पीकच मायंदाळ येतंय् न काय!" बाईच्या जातीला न शोभणाऱ्या चावटपणानं कानडी अव्वा म्हणाली.

"साल अखेर आलं; पण बाई माझी कानडीची प्रगती 'वंदू, यारडू, मुरू, नाकू (एक, दोन, तीन, चार)च्या वर काही जाईना; नि बोर्डानं तर नियम काढलाय शिक्षकांना कानडी लिहिता-वाचता हे आलंच पाहिजे, नाहीतर इन्क्रिमेन्ट स्टॉप! 'कानडी-मराठी शिक्षक' हे पुस्तक आणूनही कशात काय न् फाटक्यात काय...!"

"काय 'का' पाय?" कानडी बाईनं मास्तरचं मराठी दुरुस्त करीत बेरकं हास्य केलं.

"हां, हां पाय! पायच! त्येचं काय हाय, कानडी शिकता शिकता माझं मराठी बिघडू लागलंय हो! आता जिल्ह्याच्या गावाला परीक्षेला बसायची वेळबी जवळ आलीया न् काय! केवळ चार आठवड्यांवर परीक्षा आली. पेपरात काय लिवायचं?" मास्तर बोलला, "माज्या तर पोटात भीतीनं खड्डाच पडलाय बघा!"

"घाबरू नका! मी आहे ना घट्ट! शाळा सुटल्यावर मी इथं अर्धा-अर्धा तास शिकवीत जाईन! अन् तुम्हाला सवड असली, तर रात्रीच्या जेवणानंतरही तास-तासभर बसू!"

"अहो, रात्रीची हितं दिवाबत्तीबी न्हाई नि...!"

"खुळं का येडं? अहो, रात्रीचं इकडं कोण येईल? तुम्ही जेवून माझ्या खोलीवर या ना!"

"अं...? हो, हो, तसं करू!"

"दोन आठवड्यांतच तयार करते की नाही पाहा!"

"हॅ:ऽ हॅ:ऽ हॅ:ऽ! मोठं उपकार होतील म्हणायचं! तसा मी जात्याच हुशार हाय म्हणा; पण ही कानडीची परीक्षा म्हटल्यावर... वायगोळाच उठतोय बघा! अहो, हितं गचाकलो तर इन्क्रिमेन्टच बंद हुईल न् काय!"

"मी आहे पाठीशी, सारं ठीक करते; चिंता करू नका! कानडी अव्वानं मास्तरला असा दिलासा दिला अन् पहिली, दुसरीच्या वर्गावर कानडीचा एक-एक तास घेऊन देवळात भरणाऱ्या तिसरीच्या न् चौथीच्या वर्गावर तास घेण्यास ती निघून गेली...

इकडे मास्तरने लघवीची मधली सुट्टी केली न् गोंगाट करीत मुले बाहेर पडली, तसा मास्तरनं हॉटेलचा रस्ता सुधारला...

मास्तर चहा पिऊन येईपर्यंत वर्गातल्या निम्म्या पोरांनी यशस्वी पलायन केलं होतं आणि उरलेली त्याच विचारात होती; पण मास्तर येत असल्याचं पाहून त्यांच्या या पवित्र बेतावर पाणी पडलं. मास्तर आत शिरताच पोरं आपापल्या जागेवर बसली. पळून गेलेल्या पोरांनी आपली पाट्या-पुस्तके जाग्यावरच टाकून दिली होती. नित्याचाच हा प्रकार पाहून पहिली-दुसरीच्या वर्गांना शिकविणे किती अवघड आहे हे पुनश्च एकदा पटले.

फाशीची सजा झालेल्या गुन्हेगाराला प्रत्यक्ष फाशी न देता पहिलीच्या वर्गाला शिकविण्यास सांगावे, महिन्याभरातच तो स्वत: होऊन गळफास लावून घेईल, असे मास्तरला वाटले. स्वत:च्या या नोकरीबद्दल व एकंदर आयुष्याबद्दल पण मास्तर एकाएकी नर्व्हस झाला, अन् त्याच अवस्थेत राहिलेल्या पोरांना कसेबसे शिकवू लागला. एवढ्यात भिमा करजगेकर आपल्या कार्ट्याला घेऊन आत आला. आल्या आल्या तावदारून त्यानं सवाल केला,

"मास्तर, तुम्ही ह्या साळंत असता का आनि कुठल्या... म्हंजे सुतार शाळेत आस्ता?"

"आँ?" मास्तरला काही अर्थबोध होईना.

"हे बेनं साळांतनं पळून येऊन विड्या वडत बसलतं बघा... बडमीच्या आडाला! बडीम पेटली आस्ती म्हंजे...?"

जणू, खरोखरच बडीम पेटली असती, तर अगोदर त्यानं मास्तरलाच कचेरीत डांबलं असतं. त्या कार्ट्याला बिडी ओढायला आपणच शिकविल्यागत मास्तरला अपराधी वाटू लागलं. तो कसा तरी कुचमत म्हणाला,

"अहो पण... पण तुमचा मुलगा आज शाळेलाच आला नव्हता!"

"आला न्हवता तर बलवून आणायचं हो! आता ते काम तुमचं का माजं? ते काय न्हाई, उद्या ठावनं हे बारशिंगं न्हाई आलं, तर गुडघं हाणत आणा ह्येला! लई मोंड झालंया हो, तवा ह्येला उटसुट्या कुट करायला आनमान करू नका! मोंड ढोरागत झालंया, हे तवा आसंतसं वठणीवर यायचं न्हाई! माजी फुल्ल परवानगी हाय, चांगलं ठोकत जावा!" स्वत: करायची कामं मास्तरच्या गळ्यात बांधून करजगेकर निघून गेला!

तसं मास्तरला वाटलं, ह्या साल्याचं प्वारही ह्याच्यासारखंच इदरकल्याणी! त्याला कितीही मारलं तरी त्याच्या तोंडून हूं का चूं निघायचं नाही, उलट मारणाऱ्याचेच हात दुखायचे.

एव्हाना शाळा सुटायची वेळ झालीच होती, त्यामुळं मास्तरनं 'मुख्यमंत्र्या'ला फर्माविले.

"धोंड्या, पाट्या-पुस्तकं गोळा कर रे, सोडूया शाळा आता!" आक्रा कव्वाच झालं असतील!!'

"बरं गुर्जी!!" म्हणत धोंड्यानं हे काम थोड्याच वेळात पूर्ण केलं आणि टेबलवर पाट्या-पुस्तकांचा ढीग केला.

"मोज!!" मास्तरनं सांगितलं.

धोंड्या मोजणी करू लागला. अन् शेवटी त्यानं आपला निर्णय जाहीर केला.

"गुर्जी, पुस्तकं बरोबर हैती, खरं एक पाटी कमी हाय, आनि ही बघा. ही एक पाटी फुटलीया!!" अन् धोंड्याने ती फुटकी पाटी मास्तरसमोर धरली.

आता तर मास्तरला खरोखर कार्ट्यांचा राग आला. शाळा सुरू

झाल्यापासून तीन-चार पाट्या फुटल्या होत्या व तितकीच पुस्तके हरवली होती आणि वर्षअखेर त्या साऱ्यांचा भुर्दंड मास्तरला भरावा लागणार असल्याने तो आणखीन पिसाळून गेला. पाट्या-पुस्तके केव्हा एकदा मोजून होतात व आपण केव्हा घरी जातो, याची वाट पाहत ताटकळत मुले बसली होती. तोच मास्तर उठला आणि त्यानं ओळीनं सर्वांच्या पाठीत रपाटे हाणायला सुरुवात केली. या अनपेक्षित प्रकारानं मुलं भांबावून गेली. अर्थात असल्या प्रकाराची सवय त्यांना चांगलीच अंगवळणी असल्याने माराचं विशेष वाटलं नाही. एखाद्या दिवशी मार बसला नाही, म्हणजे मात्र चुकल्यागत होई त्यांना व मास्तर आजारी पडला असावा, असं वाटू लागे.

पोरं गप्प बसल्याचं पाहून मास्तर आणिक पिसाळला,

"बोला बेट्यांनो– पाटी कुणी न्हेली?"

आता कुठं पोरांना माराचं कारण समजलं. सारी एका सुरात बोलल्यागत करू लागली.

"मी न्हाई गुर्जी, मी न्हाई!!"

"मग कोण तुमचा बा आलाता पाटी न्यायला? कोणी न्हेली लवकर सांगा. न्हाईतर छडीनंच फोडून काढतो बघा एकेकास्नी!"

तसं बऱ्याच पोरांना रडू फुटलं. परत मास्तरच बोलला,

"पाटी घिऊन कोण भाहीर गेलं व्हतं काय?"

ते तरी कुठल्या लेकानं बघितलं होतं! तरी पण पोरं एका सुरात म्हणाली, "न्हाई गुर्जी, कोणबी न्हाई!!"

"बरं, पळून तर कोण कोण गतकाळीचे गेले?" अन् मास्तरनं मुख्यमंत्र्याकडे पाहिलं.

तसा 'मुख्यमंत्री' धोंड्या उठला व त्याने पळून गेलेल्यांची नावं सांगितली, तसा मास्तर खेकसला,

"जावा रे, बलवून आणा जावा उंडगमल्लीच्यास्नी!"

तसे 'मुख्यमंत्र्या'सह त्याच्या अवतीभोवती असणारं हुमदांडग्या पोरांचं ते टोळकं बाहेर पडलं व चड्ड्या सावरीत पळालं. इकडे बाकीच्या मुलांना मास्तरने पाढे म्हणायला सांगितले. तशी घरी जाण्याच्या तयारीत असलेली पोरं परत खाली बसली व पाढे म्हणू लागली... पाढ्यांच्या त्या ठेकेदार गोंधळातही खुर्चीवर बसल्याबसल्या मास्तरला

पेंग येऊ लागली. रात्रीच्या म्हाई, तमाशाचं जागरण जास्तच अंगाबाहेर झालं होतं. इकडे नवावर नऊ नव्यानऊ, दहावर पूज्य शंभर झाले, अन् मुलांनी मास्तरांकडे पाहिलं, तर मास्तरांच्या तोंडात माश्या चाललेल्या नि तो घुऽर्र घुऽर्र करून घोरत असलेला. काय करावं? मुलांना समजेना! अन् मग जे करायचं तेच त्यांनी केलं. मास्तरांची झोपमोड होऊ न देता एकाने हळूच बाहेर सटकसीताराम केलं. पाठोपाठ दुसरा, तिसरा, चौथा असं चालू झालं...

मास्तर तर इकडे गडद झोपेत होता. त्याला एक झकास स्वप्न पडलं होतं. आपल्या कर्तबगारीने वाढत वाढत मास्तर प्रथम हेडमास्तर व मग तालुका मास्तर झाला होता. आता पगारही भरपेट मिळत होता. इकडे तिसऱ्या बाळंतपणात मास्तरांची बायकोही दगावली होती. आणि बनगरच्या बायकोवानी उफाड्याच्या अंगाची दुसरी बायको त्यानं करून आनली होती. पहिल्या रात्री तो तिचा अनुनय करू लागला. लाजेनं ती दूर दूर सरकू लागली. "अगं, ऽ अगं, असं का? असं का?" म्हणत तो तिच्या जवळ सरकू लागला आणि... आणि खुर्चीवरून धप्पदिशी खाली पडला. "आ?" करीत तो जागा झाला. डोळे उघडून समोर पाहू लागला.

स्वप्नातील गुलाबी दुनिया आता दिकपाल झाली होती व त्याचे पाय जमिनीला टेकले होते. आता वर्गात केवळ सात-आठ मुलंच उरली होती व तीही हुंमान घालून खेळत होती. 'झाडाआदी पाला आला, बा आदी ल्योक आला नि आज्याची सोयरीक बघाय गेला, वळीक?' असं सुरू होतं. त्यांना शाळा सुटल्याचं सांगून मास्तरनं पिटाळून लावलं आणि तो आता बाहेर पडणार, एवढ्यात कानडी अव्वा आली... सारी शाळा ओस पडल्याचं बघून आश्चर्यानं तिनं विचारलं.

"अव्वा, एवढ्या लवकर शाळा सोडलासा?"

"बाराचा टैम होत आला न् काय...!"

तसं आपल्या जाडजूड मनगटावरील चिंचोक्याएवढ्या घड्याळात पाहत तिनं म्हटलं,

"ते कुठं हो बारा? साडे अक्राही वाजलं नाहीत अजूनही आणि..."

"जाऊ दे हो! मुलांनाही कोंडवाड्यात कोंडल्यागत होतं. एखाद्या दिवशी लवकर सोडलं म्हणजे असं काय नुकसान होणार हाय म्हटलं,

फार तर उद्या एखादा जादा तास घेऊ!''

''बरं, तर मी आले होते इकडे यासाठी की, तुम्ही आणखी माझी वाट पाहत बसणार, कानडी शिकण्यासाठी. तर असं करू. आजपासून शिकवणी सुरू करायची तुमची; पण आता नको! त्याचं काय आहे. रात्री नीटपणे झोपच आली नाही हो! त्यामुळं अंग मोडून गेल्यागत झालंय, हीट वाढलीय. आता घरी जाऊन जेवून आरामपैकी झोप घेते, म्हणजे प्रकृती पूर्वपदावर येईल आणि मग आज रात्रीपासून शिकवणीस सुरुवात करू, काय? तेव्हा आज रात्री जेवून या, वाट पाहते, काय?''

''बरं तर, तसं करू!'' मास्तर म्हणाला.

आणि मग कानडी अव्वा निघून गेली...

रात्री जेवल्यावर मास्तर बाहेर पडला. कानडी अव्वाचं घर खाली ओढ्याकडील बाजूस होतं. दोन-तीन गल्ल्या पार केल्यावर ते येत होतं. गावात वीज आली होती, तर बऱ्याच खांबांवरील लाइट्स मध्यरात्रीच्या जादा व्होल्टेजने एक तर जळालेले होते किंवा गावातल्या कार्ट्यांच्या नेमबाजीची शिकार झाले होते. तरी पण गावातले रस्ते इतक्या दिवसांच्या वैवाटीने पायाखालचे असल्याने खाचखळग्यांना टाळून जाता येत होतं.

अखेर एकदाचं कानडी अव्वाचं घर आलं. मास्तरने दारावर टकटक केली. तसा आतून कानडी अव्वाचाच आवाज कानावर आला.

''कोण, चावरेकर मास्तर का??''

''व्हय मीच!''

''या, आत या, दार नुस्तंच पुढं लोटलं आहे!''

मास्तर दार उघडून आत गेला, तशी कानडी अव्वा म्हणाली, ''दार बंद करा, मागल्या मागे– तुम्हाला अशा अवेळी इथं बघून कुणाला आनि नस्ता संशय यायला नको! तशीच कडीही लावा बरं का– असावी आपली!''

मास्तरने तिच्या सूचनेची अंमलबजावणी केली व तिच्याजवळ गेला. ती अंथरुणावर पडून होती– गळ्यापर्यंत चादर ओढून! मास्तर तिच्या गादीपासून हातभर लांब बसत म्हणाला,

''हे काय, अजून तब्बेतीत उतार न्हाई का?''

पण हा प्रश्न कानाआड करीत कानडी अव्वा म्हणाली,

"आणि ही पाटी कशाला आणलीत हो– इथं ही एवढी मोठी पाटी असताना!" अन् कानडी अव्वाने अंगावरील चादर दूर केली...

"या– या पाटीवर सगळ्याच भाषा जिथं मिळतात, ती भाषा शिकविते तुम्हाला!" आणि कानडी अव्वाने पुढे हात पसरले.

"अहो पण, माझी कानडी परीक्षा...?" तिच्या जबर मिठीत घुसमटून गेलेल्या मास्तरने बोलण्याचा प्रयत्न केला.

"त्यात काय अवघड हो! शे-दीडश्यांचा नीवद ठेवला की 'ती' परीक्षा कोणीही पास होईल!" आणि कानडी अव्वा कुजबुजली, "पण खरी कसौटी लागते ती 'त्या' नव्हे तर 'ह्या'च परीक्षेत!" न् कानडी अव्वाने मास्तरला पुढे काही बोलायला संधीच दिली नाही. आपल्या तोंडाने त्याचं तोंडच बंद करून टाकलं.

तेथून आपण केव्हा न् कसे परत आलो, ते काही मास्तरला समजलं नाही. आणि नंतरचे दिवस तर मंतरलेलेच जाऊ लागले, जणू एक प्रकारच्या धुंदीतच, हवेत तरंगल्यागत; पण हवेत तरंगणाऱ्या मास्तरचे पाय जमिनीवर टेकविणारी घटना लवकरच घडली.

अशाच एका गुलाबी रात्री मास्तर मिठीत (सापडला) असताना कानडी अव्वा कानाशी कुजबुजली, "मास्तर, माझी पाळी चुकली!"

तिचं कुजबुजणं मास्तरला काही स्पष्ट समजलं नाही. अभावितपणे तो बोलून गेला,

"पाळी चुगली म्हंजे?" न् तो म्हणाला, "कानाच्या पाळीला इजा झालीय्, असं म्हण ना!!"

"अहो, हळूहळू! चोरून पोळी खावा म्हटलं तर बोंबलून गुळवणी मागू नकोसा! अहो, कानाची पाळी नव्हे, तर माझी पाळी चुगली नव्हे, तर चुकली!"

"चुकली तर चुकेना, मी काय करू?"

"अहो, तुम्हीच केलं, म्हणून तर..."

"अरेऽऽ, हां हां– आँ?" आता कुठं मास्तरची ट्यूब पेटली, "म्हंजे, बल्ल्या झाला म्हणायचा!"

तशी मास्तरच्या छातीवर डोके टेकून कानडी अव्वा मधूनमधून सुर्रदिशी नाक ओढत मुळूमुळू रडू लागली. अन् मग मास्तरच्याच शर्टाच्या शेवाने अश्रू (व नाकही) पुसत चिंतागती आवाजात म्हणाली,

“आता माझं कसं व्हायचं हो मास्तर?”

“अहो, पण तुम्ही ‘गोळ्या’ घेत होता ना?”

“त्या संपल्यात म्हणून कधीपासून सांगतेय; पण तालुक्याहून तुम्ही काय आणून दिल्या नाहीत? ‘त्या’ना तर काय पैसे मोजावं लागलं असतं? फुकटच मिळतात नव्हे सरकारी दवाखान्यात? तुम्ही ‘आज आणू, उद्या आणू’ म्हणून करायचे ते केलंतच! आता ही कुणाची चुकी?”

“चुकी माजीच हाय!”

“मग आता ती कशी निस्तरायची बगा! हे सारं गावभर झालं तर दोघंही आयुष्यातून उठू!”

“माझं तर काही डोस्कं चालंना! ह्या आधी भाहीर कुठं आसं कधी प्रकर्ण केलं न्हाई, की बल्ल्या केला न्हाई कधी! अगदी नाकासमोर जाणारा सरळ माणूस मी...! गला तर बघा, भांबवल्यागत झालंय! आता तुम्हीच बाई ह्यातनं काही मार्ग काढा!” अन् बोलता बोलता मास्तरचे डोळे डबडबले. आता हा ढसाढसा रडतोय की काय, असं कानडी अव्वाला वाटू लागलं.

“घाबरू नका!” मास्तरच्या डोकीवरून हात फिरवीत कानडी अव्वा म्हणाली, “मी आठेक दिवसांची रजा टाकून जिल्ह्याच्या गावी जाते नि तेथील एखाद्या खासगी हॉस्पिटलमध्ये ॲडमिट होऊन येते. तुम्ही फक्त एवढंच करा– पाचशे रुपये मदत म्हणून मला द्या, नपेक्षा उसने म्हणून तरी...”

“छे: छे:; तेवढा मी नीच आहे का? तुम्हाला एकदा पैसे दिले, की ते तुमचेच मानायचे! ते परत मागणं वा करणं यात मग प्रेम कसलं राहिलं? पण सध्या माझ्याकडे तेवढे...”

“नसले तरी आपल्या शिक्षक बँकेतून लोन काढा...”

“हां, हां– आता तोच एक मार्ग आहे...!”

आज शाळेचं इन्स्पेक्शन असल्याने मास्तर नेहमीहून लवकरच शाळेकडे निघाला. तो शाळेजवळ आला, तेव्हा केवळ पाच-सहा मुलं आली होती व रोजच्यागत फरडूने खेळत होती. रस्त्यावरून येत असलेला मास्तर इतक्या यरवाळी कसा येईल? पण तो मास्तरच होता. त्यामुळे नाइलाजाने त्यांनी डाव बंद केला व गडबडीने ती शाळेत शिरली.

"बेट्यांनो, बाकीची कार्टी कुठं हैत? जावा, बलवून आणा जावा त्येंनला. आज साहेब येणार, इन्स्पेक्शन हाय म्हणून सांगा!"

पडत्या फळाची आज्ञा मानून सारीच जाऊ लागली.

"निम्मी जावा रे, नि निम्मी ऱ्हावा– साफसफाईला!" त्यांना मास्तरनं सुनावलं.

अन् मग अर्ध्या तासातच भरपेट संख्येनं पोरं आली. 'मुख्यमंत्र्या'नं त्यांना पाट्या-पुस्तकं वाटली; पण शेवटी चौघांना ती कमीच पडली. आता काय करावं?

"तुम्ही चौघं घरी जावा रे!" मास्तरनं म्हटलं.

"आम्ही घरातच हुताव की मास्तर!" त्यातील मुचंड्याचं इब्लिस कार्टं म्हणालं, "तुम्हीच तर पोरास्नी पाठवून देऊन बलवून आणलंय आम्हास्नी! आता न्हाय जाणार आम्ही!'

आज साहेब येणार, समारंभ वगैरेही होईल व गेल्या २६ जानेवारीप्रमाणे आजही गोळ्या मिळतील असं त्यांनाही वाटत होतं. मास्तरनं गोळ्यांऐवजी एकेक धपाटा देताच ती सारी पळाली. अखेर एकदाचा साहेब आला. चढतं ऊन. डोंगराचा दीड-दोन मैलाचा खडा चढ. त्यातली खाचाखळग्याची वाट. साहेब पेकाळून गेला होता... केव्हा एकदा जुजबी तपासणी आटोपतो व हेडमास्तरकडे कापलेली कोंबडी रिचवितो असं त्याला होऊन गेलं होतं...

हा वेळपर्यंत साहेबाची वाट पाहून मास्तराप्रमाणेच वर्गातील पोरंही मरगळून गेली होती. मास्तरनं फळ्यावर शुद्धलेखनासाठी अक्षरं कोरून कोरून काढली होती नि या गोष्टीला कितीतरी वेळ झाला होता... तीच अक्षरं आता त्यानं मुलांना पाटीवर काढायला सांगितली...

आणि साहेब आला. सोबत हेडमास्तरही होताच. पोरं तशीच मख्खपणे बसून होती. मास्तरने 'उठा' अशी हाताने खूण केली, तिचा ज्याने-त्याने आपापल्या मनाप्रमाणे अर्थ लावला. त्यामुळे काहींनी उठून 'नमस्ते' असं एका सुरात साहेबाला म्हटलं, तर उरलेल्यांनी मास्तरनं कविताच म्हणायला खुणावल्याचं समजून 'देवा तुझे किती सुंदर आकाश' सुरू केलं! 'नमस्ते!' म्हणणाऱ्या पोरांनीही मग त्यात सूर मिळवला.

कविता म्हणून संपली. नाकावर घसरणारा चष्मा सावरीत साहेबानं हातात पुस्तक घेतलं आणि प्रश्न विचारायला सुरुवात केली,

''चांदणं, प्रकाश वगैरे आपणास कोण देतं?''

''देव!'' पोरं कोरसमध्ये ओरडली.

''देव कुठे राहतो?'' साहेबानं दुसरा प्रश्न केला. यावर सारी पोरं गप्प! तशी मास्तरानं साहेबाच्या मागून 'वर' अशी बोटाने खूण केली, ती पाहिलेली पोरं ओरडली, ''वर– आभाळात!''

''बरं, ते राहो, आता देवाची नावं सांगा पाहू?''

''हनुमान, राम, मारुती, लक्ष्मन, सीता, बजरंग, महादेव, शंकर, गंपती, इटलाई, मरगुबाई, म्हसोबा...'' अनेक मुखांतून अनेक नावं बाहेर पडली व एकमेकांवर आदळली.

''असो-असो!'' त्या भडिमारानं साहेबाला झीट आली.

''आता हे सांगा– देव सगळ्यांवर काय करतो?''

''माया!''

''माया म्हणजे?'' साहेबानं विचारलं.

यावर सर्व चिडीचिप्प! हे तर आपल्या मास्तरनं सांगितलंच नव्हतं! तसा समजावणीच्या सुरात साहेब म्हणाला,

''बरं, प्रेम म्हणजे काय?''

ते तर कुणा लेकाला माहीत होतं? मास्तरनं तर असं कधी इचाराय नव्हतं, का ह्यो बेना उन्हाच्या सन्नक्यानं पार चक्कारून गेलाय?

''अरे, माया म्हणजे प्रेम, आणि प्रेम म्हणजे माया! तुमची आई तुमच्यावर माया करते की नाही?'' आणि साहेबानं गजरगाण्याऱ्या पोराला उठविलं. साहेबाच्या आतापर्यंतच्या प्रश्नांनी कावबारून गेलेलं ते पोर बाचकाळत, भीतभीतच उठून उभं राहिलं, तसा साहेब म्हणाला,

''हं, तर तू सांग रे आता– तुझी आई तुला जवळ ओढते, आपल्या कुशीत घेते, मुक्का घेते, झोपविते, म्हणजे ती तुझ्यावर माया करते की नाही?''

खळ्यात सिवडा रवल्यागत पोरगं जाम उभं. बोलंचना! तसं साहेबानं परत चुचकारलं,

''सांग बाळ, घाबरू नको– तुझी आई तुझ्यावर माया करते ना?''

''साहेब, तुम्ही म्हंता तसली माया ह्या बाई मास्तरवर करत्यात!'' शाळा सुटल्यावर सुरू होणारी मास्तरची 'कानडी शिकवणी' दारा-खिडकीच्या फटीतून पाहण्याचा शुभ योग काही नशीबवान पोरांना

प्राप्त झालेल्यांपैकी एक असलेलं ते पोर ती सारी 'माया' आठवत ताडकन बोललं, "नि माझी आई मतोर माज्या पेकाटात लाथ घालती बघा!" अन् ते बेनं मग बरोबर करेक्ट उत्तर दिल्याच्या आनंदात खाली बसलं.

हे ऐकून कानडी बाईवर अन् तिची 'माया' असलेल्या मास्तरवर तसा काही दृश्य परिणाम झाला नाही. तरी पण साहेब मात्र फेफरं आलेल्या माणसागत डोळे पांढरे करून खाली कोसळतच होता; पण जवळच उभ्या असलेल्या मास्तरनेच त्याला सावरलं व गजरगाण्याच्या त्या बेन्याला फर्माविलं,

"जा रे भिक्याऽ पळत जाऊन कांदा घिऊन ये घरातला! उन्हातान्हात ह्यो खडा डोंगर चढून आल्यानं चक्कर आली जणू साहेबाला!"

इन्स्पेक्शननंतर लवकरच वार्षिक परीक्षा झाली, अन् लगोलग उन्हाळ्याची सुट्टीही पडली. ती संपल्यावर तीन जूनपासून शाळाही सुरू झाली. बीट ऑफिसरच्या हातावर तीनशेचा निवद ठेवून चावरेकर मास्तरने आपली बदली तालुक्यापासून केवळ तीन मैलांवर असलेल्या अरगोळ गावी करून घेतली होती. आता तालुक्याच्या गावी प्रपंचाचा पसारा मांडून अरगोळला जाऊन-येऊन नोकरी करता येत होती. रोज यस्टीने किती जायचं? स्वत:ची सायकल असली, म्हणजे बेस असतं, तास-तासभर यस्टीची वाट तरी पाहावी लागत नाही, अशा विचारानं त्यानं सायकल घ्यायची ठरविली. न् त्यासाठी सासऱ्याला खांजळून बघितलं, तर चिकट भोकराच्या औलादीचा त्यो काही करता दीना. मग पुनश्च शिक्षक बँकेतून कर्ज काढायचं त्यानं पक्कं केलं. रविवारी शाळांना सुट्टी असल्याने त्या दिवशी बाहेरगावच्या शिक्षकांना बँकेची सेवा उपलब्ध व्हावी, म्हणून रविवारीही बँक चालू असे व मंगळवारी बंद असे.

अशाच एका रविवारी अकराच्या सुमारास चावरेकर बँकेत गेला, तर तिथं पूर्वीच्या शाळेतला हेडमास्तर ढोले!

"का हो?" चावरेकरनं चौकशी केली.

"गेल्या वर्षी लोन काढलं होतं, ते भरायला आलोय." अन् ढोलेनं पृच्छा केली, "आणि तुम्ही?"

"मी परत लोन काढायला आलोय! तालुक्याच्या ह्या गावी बदली होईल म्हटलं, तर झाली अरगोळला. निदान कुठं दूर आडवळणी टाकण्यापेक्षा बरं झालं, निदान इथं राहून जाऊन-येऊन तरी शाळा करता येईल, नि त्यासाठी तर लोन काढाय आलोय– सायकल घेणार काय!"

"पण चावरेकर मास्तर, चांगल्या तालुक्याच्या जवळच असलेल्या गावी बदली करून घेतली तुम्ही, मात्र आम्हाला पार्टी अजून दिली नाही हं!"

"पार्टी पार्टी काय हो, तुमच्याहून भारी हाय? आता देतो, चला!"

"चला तर मग, होऊन जाऊ दे– रविवारही हाय आज."

"आपली इथली कामं आटोपू आणि जाऊ एखाद्या खानावळीत. त्यात काय!" नि चावरेकर बोलला, "अगदी साग्रसंगीत करू पार्टी!" ढोलेच्या गावी दारू-मटणावर आपण यथेच्छ हात मारलाय, तेव्हा त्याला पार्टी दिली म्हणून काही बिघडत नाही. उलट त्याच्या त्या म्हाईच्या जेवणातून उतराई झाल्यागत होईल, असाही चावरेकराने मनाशी हिशेब मांडला होता.

दोघांची कामं आटोपेपर्यंत बारा होऊन गेले होते. यस्टी स्टॅन्डजवळ नव्यानेच सुरू झालेल्या 'हॉटेल प्रशांत'कडे ते आले. तेथे वरच्या मजल्यावर लॉजिंग-बोर्डिंग होतं, तिथे चावरेकरनं रमची एक हाप क्वॉटर खरेदी केली अन् मग दोघेही उजव्या हाताचा जिना चढून वरच्या मजल्यावरील डायनिंग हॉलमध्ये आले. मावळतीकडील खिडक्यांजवळ फॅमिली रूम्स होत्या, एका रूममध्ये दोघं शिरले. खुर्चीवर बसतात न् बसतात तोवर वेटर आला,

"क्या साब?" त्यानं विचारलं.

"पैले दो सोडा लाव, बादमें मटणके दो ताट लाना फुल्ल! पेशल परोठे हुना, आवूर दो-दो अंडे बी।"

सोडा येताच पेग भरले गेले. दोन-दोन पेग पोटात जाताच जिभाही सैलावल्या...

"लै रोजा ठावनं एक ठसठस हाय बघा मनात, चावरेकर मास्तर, काय म्हंतो? आं? तर ठसठस! आता तुम्ही काय आमच्या गावी न्हाई, तवा सांगायला हरकत नाही. आं, काय म्हंतो?"

"म्हणा कायबी, पन सांगा तर काय ते?"

"गुदस्ता आपल्याकडं ती कानडी अव्वा हुती..."

"म्हंजे, यंदाच्याला न्हाई का काय?"

"न्हाय! तिनं बदली करून घेतली, जिल्ह्याच्या गावी."

"आरं तिच्याऽऽ!"

"तर ती कानडी अव्वा माझ्या गळाला लागलीती हो!"

"का, तुम्ही तिच्या गळाला लागलेते?" मनोमन हजार व्होल्ट्सचा शॉक बसलेला चावरेकर स्वत:ला सावरत कसाबसा कडवटपणे म्हणाला. त्याला वाटलं, कानडी अव्वाने प्रथम कुणाची शिकार केली. ढोलेची की आपली?

"काय म्हंता काय चावरेकर?" आश्चर्यचकित होत ढोलेनं विचारलं, न् ग्लासात राहिलेल्या रमचा घोट घशाखाली उतरविला.

तोवर वेटरनं ताटं आणून टेबलवर ठेवली अन् रूमच्या दारावरचा पडदा ओढून तो निघून गेला.

"न्हाय म्हंजे, कधी कधी उलटंही होतं, म्हणून म्हंतो!" चावरेकर बोलला नि त्यानं आपलं ताट पुढ्यात ओढलं.

"आयलाऽ, आसंही आसंल, तवाच...!" नरड्यात नळी अडकावी तसा ढोले बोलायचा एकाएकी गप्प झाला व विचार करीत राहिला– ताट पुढे ओढून जेवायचंही भान त्याला राहिलं नाही!

"तवाच काय...?" अतीव उत्सुकपणे चावरेकरनं विचारलं. नाही तरी, स्वत: फसल्यावर दुसराही कसा कसा फसत गेला याबद्दल माणसाला उत्सुकता असतेच.

"तवाच... तवाच, म्हैनाभरही संबंध आला नाही, तोवर पोटुशी ऱ्हायलोय म्हणाय लागली नि 'रिकामी होऊन येते' म्हणून पाचशे रुपये घेतलं तिनं माझ्याकडनं!"

"क्का ऽऽ य!" अन् चावरेकरच्या हातातलं अंडं ताटात घरंगळलं नि पुलाव्याच्या ढिगाला जाऊन तटलं.

"तुमचं का हो त्वांड झालं, आसं खेटार मारल्यागत!"

"मलाबी तिनं असंच सांगून पाचशाला गंडवलं नि काय? आता कुणी कुणाला गळ टाकलाता ते तुम्हीच बघा!"

"आनि तिसरीच्या वर्गावरचा यादव गुरुजी...! त्येच्या बाबतीतही

आसंच झालं आसंल का?''

''आसंल कुठलं, आसणारच नि काय! अहो, आम्ही एवढं पक्कं... उडत्याल्याची परं मोजणार नि रंगबी वळीकणारं; पण आमचा दिकन् तिनं पार बुधाळबावचा केला नि ते यादव तर यप्पड, खुळ्याबोड्याचं! त्येला गंडवायला कितीसा टाइम तिला! दु:खात सुख एवढंच की, आपण एकटंच न्हाई! साथ संगतीला आनिही एक-दोगं तरी हैत!''

''आनि काय हो, खरंच का ती गर्वार ऱ्हायली आसंल?''

''अहो, ढोले गुर्जी, आपण जगाला शिकवितो, पन जगाने आता आपणाला शिकवायची, श्याणं करायची पाळी आलीया! अहो, भाकड म्हस कधी फळतीया का? आँ? ती नुस्तीच ओपला येत आस्ती, आनि खेड्यात ऱ्हावून देखील हे आपण लोक विसरलोतो, आता ह्येला कोण काय करायचं?''

''अहो चावरेकर, इतकं सारं रामायण होऊनबी आपल्या शाळेला इन्स्पेक्शन करून परतताना साहेबानं 'Good' असा शेरा मारला न पेक्षा दुसरा कुणी आस्ता तर...! पोरांनी तर आपली अब्रूच राकली न्हवती!''

''ढोले गुर्जी, इन्स्पेक्शन झाल्यावर साहेबासाठी च्या-कोंबडीच्या पार्टीची सरबराई माझ्या गळ्यात अडकवून आपण आपल्या गावाकडं निघून गेला. त्यामुळे साहेब त्या रात्री मुक्कामाला कानडी अव्वाकडं हुता, हे कुठं तुम्हाला म्हाईत असणार!''

''हिची माय व्हलेऽ! बरीच खेळी हुती की हो, ती बया!'' आणि उरलेल्या रमचा एक पेग तयार करून तो एका दमात अर्धा करीत ढोले म्हणाला, ''सहज कशी खेळवत हुती बघा– तेही तिघातिघांना! पन एकाचा दूम काई दुसऱ्याला लागला न्हाई!''

''तुम्ही म्हंता ते बरोबर हाय– खरंच खेळी हुती ती! खेळी! 'किती सहज खेळविती नार नरा ही!' हे गाणंच म्हणत बसायला लावून कायमची अद्दल आम्हाला घडवून गेली, त्या खेळीनं!''

◆

# आफ्रिकन चुंबन

कवी लोकांच्या काव्यमय भाषेत सांगायचं, तर पक्षी केव्हाच उठून किलबिल करू लागले होते. आम्रवनी कोकिळा मधुर आवाजात कुहूऽऽकुहू करीत होत्या. (खरं तर, कोकिळ कुहूकुहू करीत असतो असं पक्षितज्ज्ञ सांगतात; पण कवींना त्याचं काय?) पूर्व दिशेस उषेच्या गालावर रक्तिमा पसरला होता. भगवान दिनकरने वसुंधरेला कवटाळण्या साठी आपले किरणरूपी हात पसरले होते. या प्रेमवर्षावाने वसुंधरा उत्तेजित झाली व आपले वृक्षरूपी हात हलवून ती आपला हर्ष प्रकट करीत होती, वगैरे...

आणि तुमच्या-आमच्या भाषेत सांगायचं म्हणजे दूधवाल्यांच्या सायकली व घागरी केव्हाच वाजू लागल्या होत्या, पेपरवाले रोजच्यासारखे 'पेपर' करून ओरडत पेपर टाकत होते. आठ-दहा वर्षांची विक्रेती पोरं 'ताजा पाव'ची भूपाळी म्हणत गल्लोगल्ली फिरत होती. गृहिणींची पाण्याच्या नळावर भांडी आणि तोंडंही वाजत होती.

ही वातावरणनिर्मिती का कायसे म्हणतात ती म्हणा! पण तात्पर्य काय, तर सकाळ झाली होती. सकाळ झाली की, अंथरुणावरून उठून पहिले काम माझ्यासारख्या संसारी कुटुंबवत्सल वगैरे गृहस्थाला करायचं, तर दुधाची बाटली घेऊन दूध आणायला पळायचं! दूधकेंद्रावरही रांग. मग प्रत्येक दिवसाची

सुरुवात इथेच प्रथम रांगेत राहून व्हायची... मग पुढे बससाठी रांग, रेशनसाठी रांग, सिनेमाच्या तिकिटासाठी रांग... पण ते पुढे... प्रथम सुरुवात या दूधकेंद्रावरच!

मग आपला नंबर आल्यावर दूध घेऊन यायचे, तोपर्यंत सौ. उठून वेणीफणी करीत असलेली वा ब्रशने आपले दात घासत असलेली! अस्मादिक गृहप्रवेश करताच मोहक हास्य करीत ती म्हणते,

"प्लीज, जरा स्टोव्ह पेटवा नं. माझं डोकंच दुखताहे, उठल्यापासून!"

डोकं दुखणं वा पोटात कळ घालणं आदी कामचुकारपणा करण्याच्या सौ.च्या सवयी आहेत, हे अनुभवाने पूर्ण ज्ञात असूनही मी तिच्या मोहक हास्यात हे विसरूनच गेलो आणि लगबगीने स्टोव्ह पेटविला (नेहमीच्या अशा या अनुभवाने आता मला स्टोव्ह चांगला पेटविता येतो बरं का!) अन् गी म्हणालो,

"आता तू साखर-चहापत्तीचं तेवढं पाहा, मी फक्त पाण्याचं भांडं स्टोव्हवर ठेवतो!" आणि मी दोन-अडीच कप होईल इतकं पाणी पातेल्यात घालून वर ठेवलं.

"मेला, तो गॅसचा नंबर केव्हा येतो हो? किती महिने झाले नंबर लावून! शेजारच्या कुसुम वहिनींनी तर आणलासुद्धा गॅस, आमच्या मागाहून!"

"त्यांच्या नवऱ्याचा वशिला आहे! अगं, वशिल्याने काय हवं ते होतं, जगात!"

"मग तुम्हीही लावा ना वशिला!!" तिनं सहजपणे म्हटलं. चेहऱ्यावर पावडर लावण्याइतकी वशिला लावणे, ही सोपी चीज तिला वाटली की काय, कोणास ठाऊक!

खरं तर वशिला कसा लावायचा असतो, तो लावताना शुभारंभाचे डायलॉग काय म्हणायचे, भेट कशी ठरवायची, शेवट कसा करायचा आणि वशिला लावायला जाताना एकटंच जायचं, की आपलं इम्प्रेशन पडायला आपल्या मित्रांची फौज कुमक म्हणून न्यायची, यातलं काहीच मला माहीत नाही. माझ्यासारख्या सरळमार्गी विवाहितासाठी याकरिता खास प्रशिक्षण देण्याचे वर्ग कुणी 'चालू' माणसाने काढले, तर किती बरं होईल!

"अगं मला वशिला लावता आला असता, तर असा गप्प बसलो असतो?"

यावर तिने आपली मान उडवून (अशी मान उडविण्याचं प्रशिक्षण कुठेही न घेता बायकांना ही कला कशी काय साध्य होते, हे एक न सुटणारं कोडंच आहे म्हणा!) मला मूर्खात जमा केलं. कुठल्याही स्त्रीला आपल्या नवऱ्याच्या शहाणपणाविषयी नेहमीच शंका वाटत असते; असा समंजस (व सोईस्करही) विचार करून मी म्हटलं, "बरं, मी जरा बाथरूममध्ये जाऊन येतो, तोवर चहा होऊ दे!!" व तिथून सटकलो.

अर्थात कुणाची कल्पना होईल की, मी नेभळट वगैरे आहे की काय! पण 'तसा' मी नाही. तसा येतो माझ्या स्वभावात मऊपणा कधी कधी. असं काही होतं बहुतेक वेळा महिन्याच्या शेवटच्या आठवड्यात! महिन्याचा पहिला आठवडा उलटेल, तशी माझ्या सुखालाही ओहोटी लागतेच म्हणा; पण पहिल्या आठवड्यात माझ्यासारखा सुखी कुणी नसतो (परमेश्वरही नसावा. त्याच्या मागे काय एक पीडा? अनेक जणांचे अनेक तऱ्हेचे नवस ध्यानात ठेवीपर्यंतच त्याची चांगली तंतरत असेल.) या पहिल्या आठवड्यात मी उठायच्या आत सौ. उठून दूध आणते अन् मग स्वत: केलेला उत्कृष्ट चहा (म्हणजे साखर जास्त व पावडर तेवढीच कमी.) घेऊन मला उठवायला येते, मग मी तिचा सुंदर वगैरे मुखडा पाहत चहा संपवितो. (कल्पना करा, अशा वेळी मी किती सुखात असेन ते!) चहा खरोखरीच उत्कृष्ट झालेला असतो. (अशा वेळी रेल्वे स्टेशनवरचा चहा जरी कुणी आणून दिला, तरी तोही उत्कृष्ट लागेल म्हणा!) पतीची सेवा करणे, हा पत्नीचा धर्म आहे, हे वचन जणू ती या काळात पाळत असते!

पण हे कुठपर्यंत? तर माझ्या पगारातील तीन चतुर्थांश भाग तिच्या पर्समध्ये जाईपर्यंत! सारांश, सकाळ झाली होती, अशा वेळी अंथरुणावरच झोपून राहणं पाप ठरलं असतं आणि पुढे रौरव की काय म्हणतात, तसल्या नरकात पडावं लागलं असतं! शिवाय आज महिन्याची शेवटची तारीख... घातवार म्हणा माझा व कडकाराम दिवस! तेव्हा मी उठलो, अंगावर कपडे चढवत सौ.कडे पाहिलं. ती शांतपणे झोपली हाती. शेजारीच आमचा तीन एक वर्षांचा रवी निद्रासुखाधीन का कायसे म्हणतात, तसा होता. एकसमयावच्छेदेकरून (हुश्श! लिहिताना व बोलतानाही दमछाक व्हावी, असा हा मराठीतील एकमेव शब्द!) माझ्या मनात आलं, या गुलामाने इतक्या उशिरापर्यंत झोपावं, हे

ठीकच आहे; कारण हे वयच आहे त्याचं झोपण्याचं; पण या महामायेने इतक्या उशिरापर्यंत  झोपावं, हे बरं का?

मग स्वयंपाकघरात जाऊन दुधाची बाटली शोधण्यासाठी कार्यान्वित झालो. ती शोधत असताना मध्येच खलबत्त्याची एक झकास व सणसणीत वगैरे ठेच लागली! (राजकारणातील खलबत्त्याची खुर्चीच्या दिशेने पुढे जाणाऱ्या एखाद्या महत्त्वाकांक्षी नेत्याला अशीच ठेच लागत असावी. स्वयंपाकघरात काय नि राजकारणात काय, खलबत्त्याची अशी प्रभावी भूमिका असते, हेच सत्य!) 'ओय ओय' करीत खालीच बसलो. स्वयंपाकघरात आगाऊपणे लुडबुडणाऱ्या नवरोजीला अशी ठेच लागावी, हाही या खलबत्त्याचा उपयोग म्हणायला हवाय!!

अखेर साली एकदा ती बाटली गावली! ख्रिस्तोफराला (की कोलंबसाला? की आणखी कुणाला?) अमेरिका दिसावी, स्कॉटला (की अँमुडसेन हो?) नॉर्थ पोल (म्हणजे दक्षिण ध्रुव हो!) दिसावा, किंवा दारासिंगला सॉरी, तेनसिंगला एव्हरेस्ट शिखर दृष्टीच्या टप्प्यात यावं, म्हणजे कसा आनंद होईल? हां, मलाही तसाच आनंद झाला. बाटली घेऊन बाहेर आलो. अद्याप सौ. झोपलेलीच होती. तिचा निद्राधीन असा शांत, सुंदर चेहरा फारच आकर्षक वगैरे वाटत होता. खिडकीतून येणाऱ्या मंद मंद वायुलहरींमुळे तिच्या कपाळावर वाट चुकलेली एक खुळी कुरळी बट भुरभुरू की कायसे म्हणतात, तशी उडत होती. एरव्ही दूध आणायला मी सरळ रेषेत व सरळ बाहेर पडणारा माणूस... पण, आज माझ्या मनात कली, मदन की अशांपैकीच कोणी कोणी शिरले आणि त्यांनी माझी सरळ रेषा वक्र केली. मी सौ.च्या कॉटजवळ गेलो आणि त्या स्लीपिंग ब्यूटीचं चक्क (पण 'चक्क' असा आवाजही न करता!) चुंबन घेतलं. झालं, ती आता जागी होणार व आपली झोपमोड झाली म्हणून काही मुक्ताफळे उधळणार, म्हणून अक्षरशः पळत, धावत, लगबगीने वा जलदीने आदी क्रिया (व माझे कर्म!) एकसमयावच्छेदेकरून (हुश्श!) करीत बाहेर पडलो.

अर्थात कुणाची समजूत होईल की, मी सौ.ला इतका घाबरतो की काय! पण, ह्या पठ्ठ्याने काठीच्या एका तडाख्यात उंदराला लोळवलं आहे. (पण तोच तडाखा टी-सेटला लागून तोही... ते जाऊ द्या!) झाडूच्या एका फटक्यात असंख्य झुरळं गारद केली आहेत! (तलवारीने

लढाया लढणं हे आता इतिहासजमा झालंय, न पेक्षा रणमैदानावर जाऊन तलवारही गाजविली असती; पण तो चान्स हुकला.) तेव्हा असा हा नरपुंगव, जो उंदीर, झुरळ इ. भीतिदायक व भयंकरही प्राण्यांना घाबरत नाही, तो सौ.सारख्या प्राण्याला कसा घाबरेल? पण थोडं बिचकायचं ते यासाठी की, तिच्या तोंडाचा पट्टा चालू झाला की, त्यापुढे फ्लोअर मिलमध्ये (म्हणजे पिठाच्या गिरणीत हो!) फिरणाऱ्या पट्ट्याचा वेगही कमी होईल. तिचं एक प्रामाणिक (पण मूर्ख) मत आहे की, योग्य वेळी योग्य त्या गोष्टी केल्या पाहिजेत. उदाहरणार्थ म्हणजे, दिवसाच्या गोष्टी दिवसा व रात्रीच्या गोष्टी... ते असो! तर सांगायचं काय, याच्या उलट काही झालं की, 'देअर इज नो यूज!' अर्थात ही सौ.चीच भाषा बरं का! ज्या त्या वेळेस ज्या त्या गोष्टी करायला सांगणारी सौ. स्वत: मात्र मराठीच्या जागी मराठी बोलत नाही. इंग्रजी-मराठी असलंच धेडगुजरी बोलते. पण (तेही) जाऊ द्या झालं!

"काय आनंदराव, बाटली घेऊन तिकडे कुठे निघालात? दूध केंद्र तर इकडे राहिलं की, दुधाच्या बाटलीतून केरोसिन आणणार आहात?" दुधाच्या रांगेत उभ्या असलेल्या वसंतरावांनी विचारलं व 'हॅ: हॅ: हॅ:ऽ केलं.

हा आमचा शेजारी! कुठलंही वाक्य बोलल्यावर ह्याचं आपलं हॅ:ऽ हॅ:ऽ असतंच! मला खरंच राग आला या वेळी मात्र! पण, तो प्रयत्ने वगैरे करून गिळून मीही उलट 'हॅ:ऽ हॅ:ऽ' केलं आणि रांगेत जाऊन उभा राहिलो.

दुधाची भरलेली बाटली घेऊन मी घरी आलो. आरशासमोर बसून सौ. विंचरून घेत होती, म्हणजे अंघोळीला बसायची तिची ही पूर्वतयारी चालू होती, हे अनुभवाने मी ओळखत होतो. तिच्या चेहऱ्यावर राग दिसला. त्यामुळे आता कुठल्याही क्षणी रागदारी सुरू होणार, हे जाणून मी मुकाटपणे स्वयंपाकघरात गेलो व स्टोव्ह पेटवू लागलो, तेवढ्यात ती आत आली, पावसाळ्यातल्या पौर्णिमेस काळ्या ढगाआडून अर्धस्फुट का कायसं म्हणतात, तसं चंद्राचं दर्शन होत असतं, तसा तिच्या मोकळ्या केसांतून तिचा मुखचंद्रमा दिसून येत होता; पण त्याच ढगात वीजही कडाडते, हे मी विसरून गेलो होतो; पण तिने आता आठवण करून दिली; कारण विजेसारखीच ती कडाडली,

"तुम्हाला हज्जाऽर वेळा सांगितलं असेल की, ज्या त्या वेळेस ज्या त्या गोष्टी कराव्यात म्हणून! पण तुम्हाला काहीच कसा सेन्स नाही हो! तुम्ही हे असे नेहमी अधाश्यासारखे वागता तरी कसे?? 'त्या'वेळी आपला रवी जागा झाला असता तर? त्याच्यावर लहानपणापासून चांगले संस्कार व्हायला हवेत की नको?"

"हो तर!" मी म्हणालो व तिच्या चेहऱ्याकडे पाहत राहिलो.

रागावलेली स्त्री फार सुंदर दिसते आणि सौ. तर फार सुंदर दिसते. त्यामुळे होतं काय की, सौ. काय बोलते, याकडे माझं लक्षच राहत नाही. अर्थात मग तिच्या बोलण्याचा माझ्यावर परिणाम वगैरे काहीच होत नाही, हे एक चांगलंच आहे म्हणा. आताही माझं असंच झालं...

पण, सौ.ची मुलुखमैदान तोफ अशी गरजायला लागताच रवी उठला आणि त्याने भोकाड पसरले. अर्थात सौ.च्या या मंगल प्रभातचा तो सुमंगल परिणाम असावा, त्यामुळे मुलुखमैदान बंद पडली व आत वळली. आता रवी मॉन्टेसरी स्कूलला जाईपर्यंत मला कसलीच भीती नव्हती. दहा वाजायच्या सुमारास स्कूल बसचा हॉर्न वाजला. रवीला बसपर्यंत पोहोचविण्यासाठी सौ. गेली. मीही तिकडे ऑफिसला जायच्या तयारीला लागलो. कपडे वगैरे घातले व आता बाहेर पडणार, तोच सौ.चा आवाज आला,

"अहो, जरा इकडे या!"

अर्थात ही प्रेमळ हाक कशाबद्दल ते काही मला कळलं नाही, मी तर सकाळचा 'तो' रोमॅन्टिक वगैरे प्रकार विसरून गेलो होतो.

"काय बुवा, तुझं आणखीन?" म्हणत मी तिच्या जवळ गेलो.

"काय हो, सकाळच्या 'त्या' वागण्याबद्दल तुम्हाला काहीच कसं वाटत नाही! तुम्हाला शिक्षा ही मिळालीच पाहिजे की नाही?"

"अर्थात!" मी बिचारा सहज बोलून गेलो.

"तुम्ही कसा का होईना, माझा कायदा मोडला आहे, कबूल?"

"बरं बुवा, कबूल!"

या वेळी मी (अर्थात माझे स्वत:चे) कान धरून एखादी उठाबशीही काढली असती.

"तर, आता शिक्षा ही भोगलीच पाहिजे तुम्ही!" ती म्हणाली.

"बरं, हे मत्प्रिये, तुझी शिक्षा सांगून हे कान पुनीत कर!!" मी

नाटकी आवाजात म्हणालो. अर्थात तिची शिक्षाही मला पाठ होती, बरं का! तिला एखादी सूडकथा असलेला फॉर्म्युलाबाज हिंदी चित्रपट तिच्यासह पाहून डोकं दुखवून घ्यावं लागेल, या उपर काय होणार आहे?

"काय, ऐकलंत का? जशास तसं या न्यायानं वागावं लागेल! होय ना? चला, गाल पुढे करा!" सौ. म्हणाली.

आश्चर्याने मी मनोमन गार वगैरे झालो. मी स्वप्नात तर नाही ना? नाही तर हे काय? खिशाला काहीच भुर्दंड वगैरे न पडता सुखासुखी सौ. स्वतःचा नियम स्वतःच... आता ठरलं, उद्यापासून पहिलं काम म्हणजे उठल्यावर लगेच...

"अहो, असे वेंधळ्यासारखे उभे का राहिलात? ऐकलं नाही का माझं म्हणणं? करा पाहू मान खाली!!" तिने मला जणू हुकूमच केला.

तिच्या हुकमाची तामिली करण्यासाठी मी मान खाली केली... आता माझा गाल व सौ.चे ओठ एका पातळीवर आले असावेत व तिच्या मुलायम वगैरे ओठांच्या स्पर्शाने माझ्या अंगावर रोमांच उभे राहणार म्हणून मी मोहरून गेलो.

तिचे ओठ माझ्या गालावर टेकले, मग तिने माझा गाल हळूच आपल्या दातांखाली धरला आणि... कडकडून चावा घेतला...

मी आश्चर्याने आणखीन चाट पडलो. हे कसलं चुंबन म्हणायचं? बहुधा आफ्रिकन असावं. आफ्रिकेच्या जंगलातील रहिवासी हे असंच चुंबन (की चावाचावी!) घेऊन आपलं (जंगली) प्रेम व्यक्त करीत असावेत!

"समजलं ना!" विजयी स्वरात सौ. म्हणाली, "आजपासून कधी असं अवेळी चुंबन घ्यायचं नाही, सांगून ठेवते! पुरुषांची जात मेली अशीच वाईट असते! वेळच्यावेळी ते कुठलीच गोष्ट करायचे नाहीत! म्हणून तर आपल्या देशाची ही अशी परिस्थिती झाली आहे!"

माझ्या गालावर तिच्या या आफ्रिकन चुंबनामुळे चांगल्या 'डोळस' अशा दंतखुणा उठल्या होत्या आणि आता माझा हा डावा गाल फार चुरचुरायला लागला होता. आता अशा या गालावर एक दात दाबून धरून वेदना सहन करीत विचार करू लागलो, आपल्या देशातील सध्याच्या परिस्थितीचा व मी सकाळी घेतलेल्या चुंबनाचा काय संबंध आहे?

कोपऱ्याच्या इराण्याच्या हॉटेलपुढे जो पानाचा ठेला आहे ना, तिथे मी रोज पान घेतो. मला पानाची सवय आहे. क्वचित सिगारेटचीही! इथून पुढे एक-दोन मिनिटांच्या अंतरावरच माझा बसस्टॉप आहे.

पानाच्या ठेल्यासमोर मी आलो व पानाची ऑर्डर दिली व नेहमीच्या सवयीनुसार समोरील आरशात सहज माझी छबी न्याहाळली– अरे बापरे! सौ.च्या दातांचे ठसे गालावर अगदी ठसठशीत उठले होते! तिथे आता रक्त साकळल्यामुळे ती जागा निळसर झाली होती, त्याचंही मला काहीच वाटलं नाही; पण ऑफिसमधील सहकाऱ्यांनी मला 'या'बद्दल विचारलं, तर मी काय उत्तर देणार? मोठाच प्रश्न पडला न् काय! मी माझं युनिव्हर्सिटीची डिग्री घेतलेलं डोकं चालविण्याचा प्रयत्न करू लागलो... पण ते बेटं तर असं अवसानघातकी की, ऐन लढाईच्या वेळी त्याचा राजीनामा!

बसस्टॉपवर आलो... आणि बसमधून ऑफिसकडे जात असताना अचानक सुचलं– बसमध्ये माझ्या पुढच्या सीटवर एक आकर्षक, सुंदर वगैरे तरुणी बसली होती, तिने आपल्या वेणीत एक टपोरं गुलाबाचं फूल माळलं होतं... हां, असंच एक प्लॅस्टिकचं गुलाबाचं फूल असतं, त्यात अत्तराचा फाया ठेवून वास घेतात, नाही का? तर मारावी झाली थाप– रात्री अंथरुणावर पडून या गुलाबाचा वास घेता घेता तशीच झोप लागली व हातातला गुलाब झोपेतच उशीवर गळून पडला होता. झोपेतच कूस बदलताना त्याच्यावर गाल पडला आणि त्यामुळे हॅ:ऽ हॅ:ऽ हॅ:ऽऽ! मी स्वत:च्या कल्पनेवरच खुश झालो; पण ऑफिसमध्ये शिरताना मात्र गालावर रुमाल धरूनच आत प्रवेश केला.

दुपारच्या लाँग रिसेसमध्ये वसंतराव माझ्याकडे आले. कर्मधर्मसंयोगाने वगैरे ते माझ्याच ऑफिसमध्ये आहेत. त्यांचं माझ्या गालाकडे लक्ष गेलं नाही, म्हणजे मी तसं ते जाऊ नये, म्हणून खबरदारी घेतली होती, ही गोष्ट अलाहिदा! हाताचा कोपरा टेबलवर व पंजा गालावर ठेवला होता, त्यामुळे त्यांना काही दिसण्याचा प्रश्न नव्हता.

ते आले होते आनंदाची बातमी घेऊन! त्याचं काय झालं– आज महिनाअखेर व उद्या-परवा अशी दोन दिवस कसलीतरी सुट्टी पडणार होती, त्यामुळे आजच पगार मिळणार होता.

वसंतरावांनी आणलेली ही बातमी ऐकताच आनंदाच्या भरात मी

उठलो व त्यांचे खांदे धरून गदगदा हलवीत म्हणालो,

"ओ ऽ ह! व्हॉट ए गुड न्यूज यू हॅव ब्रॉट हिअर, वसंतराव!!"

पण जाऊ नये तिकडे त्यांचे लक्ष गेलंच आणि साक्षात्कार झाल्यासारखा चेहरा करीत त्यांनी विचारलं,

"अहो, हे गालावर काय आनंदराव? आँ?"

"त्याचं काय झालं- अहो, तो प्लॅस्टिकचा गुलाब असतो ना... हॅऽ हॅ : ऽ"

"प्लॅस्टिकचा नसेल हो, लिपस्टिकचा असेल!" आणि खो: खो: हसत ते म्हणाले, "मला त्या कालिदासाचा की भवभूतीचा 'तो' श्लोक आठवतो... काय बरं तो?"

अर्थात तो श्लोक आठवण्यासाठी त्यांना एकांत मिळावा या उदात्त हेतूने मी त्यांना तसेच सोडून झटकन बाजूस झालो...

संध्याकाळी खिशात पगार घालून मी ऑफिसबाहेर पडलो. खिशात पैशाची ऊब असली, की एक प्रकारची ऐट तशी प्रत्येक मध्यमवर्गीयाला येतेच, मलाही ती आली नसल्यास नवल नाही! आता घरी गेल्यावर सौ.ला पगाराबद्दल काहीही सांगायचं नाही. घरची सारी अर्थव्यवस्था आता स्वत:च्या ताब्यात घ्यायची. प्रत्येक गोष्टीसाठी सौ.ने माझ्यावर अवलंबून राहायला हवं, माझ्याकडे हात पसरायला हवा. आपण असे ताठर वागलो, की ती सुतासारखी सरळ यावयास हवी! माझं आफ्रिकन चुंबन घेते काय? बरंय, हम भी कुछ कम नाहीं!

यासंबंधी अनेक मनसुबे रचत मी घराजवळ आलो. कॉलबेलवर बोट ठेवलं, तशी आत बेल वाजली आणि पावलांचा आवाज जवळ जवळ येऊ लागला. आजपासून मी स्वीकारलेला कठोर निश्चय सौ.ला दिसून यावा, म्हणून माझ्या मुद्रेवरील भाव मी बदलायचं ठरविलं. एखाद्या चित्रपटातील खलनायकाप्रमाणे मी ओठ घट्ट मिटले. कपाळावर एक उग्रशी आठी पाडली, डावा डोळा बारीक करून उजव्या डोळ्याची भुवई उंचावली, इतका मुद्राभिनय करेपर्यंत दाराबाहेर काकणे वाजली व दार उघडले गेलं आणि माझ्या चेहऱ्याकडे लक्ष जाताच सौ.ने. पहिला प्रश्न केला.

"का हो? तोंड असं का झालंय तुमचं? बरं वगैरे वाटेना का?"

यावर मी काही न बोलता चेहरा आणखीन उग्र केला (किंवा तसं

करण्याचा प्रयत्न केला.) यावर सौ.ने मनोमन ओळखलं असावं– 'ह्यां'च्या तब्येतीला काही झालं नसून हे उगीचच असं करताहेत! न् मग ती गुदगुल्या केल्यागत खो: खो: हसूच लागली आणि हसताहसताच म्हणाली,

"काय बाई मेला चेहरा केलाय! अगदी लॉरेल-हार्डीच्या चित्रपटाची आठवण यावी!! खु:ऽ खु:ऽ खु:ऽ क्" आणि हसताहसताच बयेनं माझी मान खाली ओढली आणि काय होतंय हे समजायच्या आत पटकन माझं चुंबन घेतलं.

अर्थात हे सकाळच्यासारखं आफ्रिकन चुंबन नव्हतं, तर अस्सल भारतीय होतं. त्यामुळे माझे गाल बचावले (पण ओठ हुळहुळले!)

मग सौ. आपल्या ओल्या ओठांचा चंबू करीत लाडिक वगैरे आवाजात म्हणाली,

"सकाळच्या प्रकाराबद्दल सॉरी हंऽ! एक्स्ट्रीमली सॉरी हंऽऽ!"

माझ्या आश्चर्याला आता सीमा उरली नाही. आज असं कसं पारडं फिरलं? पश्चिमेचा सूर्य पूर्वेकडे... नव्हे, नव्हे, चुकलं वाटतं... हं, तर पूर्वेचा सूर्य पश्चिमेकडे वगैरे उगवला नाही ना? मेरूने मुंग्या तर गिळल्या नाहीत ना? (यातही काहीतरी गडबड झाली वाटतं ! मुंग्यांनी मेरू तर गिळला नाही ना? मेरू की गेरू हा कसला प्राणी हेही मी कधी पाहिलंय म्हणा! पण म्हणण्याची प्रथा आहे ना!) माझ्या आश्चर्याचा पहिला भर ओसरतो न ओसरतो, तोच तिने माझ्या हातातली अॅटॅची हळुवारपणे ओढून घेऊन छातीवर एक नाजूक आघात केला व मला तिथेच एका खुर्चीवर बसविलं अन् ती लगबगीने स्वयंपाकघरात गेली आणि गेली तशी लगेच हाती कांदेपोह्याची बशी घेऊन बाहेर आली– वर खिसलेले खोबरं न् हिर्वीजर्द कोथिंबीर! अर्थात माझा दिवसभरचा शीण कुठल्या कुठे पळाला व तोंडाला पाणी सुटलं. सौ.ने ती बशी माझ्या पुढ्यातील टेबलवर ठेवली व स्वहस्ते कांदेपोह्याचा चमचा तिने माझ्या तोंडात घातला... इतक्या प्रेमाने खुद्द आमच्या लग्नातही तिने मला घास भरवला नसेल!

कांदेपोहे संपविल्यावर चहाही आला... उघड्या अंगावर मोरपीस फिरविल्यावर जसं काही वाटतं, तसं मला आता वाटू लागलं होतं. मी फारच खुशीत होतो, त्याच धुंदीत मी एक सिगारेट शिलगावली व धूर

सोडीत बसलो...

सौ. कपबशी वगैरे घेऊन आत गेली अन् काही वेळाने ती जेव्हा बाहेर आली, तेव्हा एखादी अस्मानपरी अस्मानाच्या निळाईत न्हाऊन आल्यासारखा मला भास झाला. निळे पातळ, निळा ब्लाऊझ, निळीच काकणे अन् निळ्याच खड्याची कर्णफुलेही! तिच्या केतकी रंगाच्या कायेला ही निळाई खूपच शोभून दिसत होती.

माझ्याजवळ येऊन आपले करपाश माझ्या गळ्यात टाकत व मोठ्या प्रेमाने माझ्या डोक्याला डोकं घासत ती म्हणाली,

"काय हो, अजूनही राग गेला नाही नं माझ्यावरचा? मेली मीच अशी वाईऽट्ट आहे! सकाळी फार वाईऽट्ट वागले तुमच्याशी होय नं! पण, मी मघा 'सॉरी' म्हणून एकदा क्षमा मागितलीय नं! मग झालं की नाही? आणि अजूनीही राग आला असेल, तर तुम्हीही माझ्या गालाचा चावा घ्या हवा तर!!"

आणि वेडीने खरोखरच आपला गाल माझ्या पुढे केला; पण गालाबरोबर लालचुटूक ओठांची तोंडली पुढे आलेली असताना मी त्या गालांचं आफ्रिकन चुंबन कशाला घेऊ? मी आपलं त्या ओठांचंच... पण, जाऊ द्या झालं! ते सारेच करतात, त्यात काय सांगायचं? तेही नवरा-बायकोचं? हां, नवरा-बायको जर नसतो, तर ती सांगण्यासारखी गोष्ट होती!!

काही वेळाने आपलं तोंड मोकळं झाल्यावर (किंवा करून घेतल्यावर!) सौ. म्हणाली,

"अहो, आज जरा शॉपिंग करायला हवं, एक साडी आणायला हवी होती, मी पाहून ठेवलीय 'आयलंड'मध्ये!!" आणि राघवीने (म्हणजे सौ. राघूने, राघूच्या बायकोने हो!) पेरूवर टोच मारावी, तसं तिने आपण होऊन (परत) माझं (भारतीयच! आफ्रिकन नव्हे!) चुंबन घेतलं.

या वेळी मी सुखात इतका मदहोष झालो होतो की, तिच्या म्हणण्याचा अर्थबोधच मला झाला नाही. त्यामुळे बेसावधपणे खुशीतच म्हणालो,

"अस्सं! छान! मग आणू या ना! किंमत तरी काय आहे तिची?"

"किंमत? तशी काही फार नाही गडे! फोर हन्ड्रेड ॲण्ड थर्टी फोर रुपीज!"

बाप रे! म्हणजे माझा पगार आज झालाय हे हिला कसं कळलं?

आणि त्यामुळे तर मघापासून हिचं हे सारं वागणं बदललेलं...?

अन् हे सारं जाणवून येताच एकदम आश्चर्याने मी 'आँ'च केला...! अजूनीही तो तसाच आहे, म्हणतात!!

रस्त्याने जर असा 'आँ' केलेला, तोंड उघडं टाकून जाणारा एखादा माणूस दिसला तर तो मीच आहे, हे बेशक समजावं!!

◆

# क्याट

धोंडिबा सूर्याजी रायबागे हा तसा खाऊन ‘पिऊन’ सुखी माणूस होता. पेठ लायनीत त्याचं किराणा-भुसाराचं दुकान होतं व ते तसं बरं चालल्यानं ‘खाणं- पिणं’ होऊनही चार पैसे शिल्लक पडत होते; पण त्याला एक वेगळाच नाद लागला– बुकं वाचण्याचा! गिऱ्हाईक नसेल, तेव्हा हमेशा त्याच्या हातात एखादं पुस्तक असेच आणि ते पुस्तक म्हणजे कुठल्या ना कुठल्या कवीचा काव्यसंग्रह असे. एवढ्यावर थांबतं तर ठीक होतं; पण त्या पुढची पायरी म्हणजे तो स्वत:च कविता करू लागला. गिऱ्हाईक नसेल, तेव्हा वही पुढे घ्यायची नि तीत कविता खरडत राहायचं... आपणाला हेही जमतंय, याचा आत्मप्रत्यय, का काय म्हणतात तो, त्याला होऊ लागताच आठ-आठ, दहा-दहा अशा गठ्ठ्याने कुठे कुठे कविता पाठवायचा धडाका लावला. कवीला ‘धोंडिबा’ हे नाव अगदीच गद्य व खडबडीत! त्यामुळे ‘सूर्यकुमार’ असं आपल्या नावाचं बारसं करून ‘सूर्यकुमार रायबागे’ नावाने त्याने काव्यनिर्मितीचा कारखानाच ऊर्फ कुटिरोद्योग उघडला.

संपादकाच्या साभार परतीच्या वेगापेक्षा सूर्यकुमारचा कविता पाठविण्याचा वेग प्रचंड असल्याने त्या कुठे कुठे छापूनही येऊ लागल्या... पुण्या-मुंबईकडील नियतकालिकात कविता आली की, त्याला अस्मान

ठेंगणे होई. 'आकांक्षा पुढती जिथे गगन ठेंगणे' वगैरे आठवू लागे. जिल्हा दैनिकांच्या रविवार पुरवणीतून ती आली की, आकाश ठेंगणे वगैरे झाले नाही, तरी एक-दोन किलो आनंद तरी नक्कीच होई...! मग स्वत:च स्वत:ची कविता दोन-दोन, तीन-तीन वेळा वाचली, तरी समाधान होत नसे. रसिक पकडून त्यांनाही ती ऐकविली जाई. 'वा ऽ वा ऽऽ!' असे उद्‌गार कुणी या जुलमाच्या काव्यगायनातून सुटायला काढले तरी (ते ओळखण्याचे भान नसल्याने) याला आपल्या जन्माचं सार्थक वाटे.

आता शंभर-एक कविता छापून आल्यावर आपला संग्रह केव्हा एकदा निघतो, असं झालं! जणू त्याचा हा संग्रह निघाल्यावर साडेतीन टक्के लोकांच्या मराठी साहित्यप्रांतातच काय, पण अख्ख्या महाराष्ट्र देशीदेखील प्रचंड उलथापालथ झाली असती.

आपल्या कविता चिकटविलेल्या फाइलचं चोपडं काखोटीस मारून त्याने जिल्ह्याच्या गावापासून पुण्यापर्यंत अनेक प्रकाशकांचे उंबरठे व स्वत:चे पायताण झिजवले. सगळेच प्रकाशक त्याचा संग्रह काढायला उत्सुक होते आणि संग्रहापेक्षाही त्याच्या खिशातील पैसे काढायला तर ते अतिच उत्सुक होते; पण सूर्यकुमारने आपला खिसा व त्याहूनही महत्त्वाचं म्हणजे त्यातील पाकीट सांभाळल्याने प्रकाशक तरी काय करणार? मराठी वाचकांचं व अख्ख्या महाराष्ट्राचं दुर्दैव, दुसरं काय? पण, सूर्यकुमार रायबागेचं नशीबच सिकंदर; कारण त्याला जास्त दिवस निराश होऊन बसावं लागलं नाही. सरकारने अनुदान योजना सुरू केली व तीत सूर्यकुमारच्या काव्यसंग्रहाचं घोडं गंगेत न्हालं! अशीच सरकारी गंगेत न्हालेली पाच-सहा घोडी पंचक्रोशीत होती. ती सारी अधूनमधून सूर्यकुमारच्या दुकानात जमत. अनुदान योजनेत कुणाचा लेखसंग्रह, कुणाचा कथासंग्रह तर एकाची कादंबरीही निघाली होती.

अ.भा.म.सा. संमेलनाच्या नौबती झडू लागल्या. अध्यक्षपदाच्या निवडणुकीची धामधूमही संपली व यथाकाल संमेलनही पार पडले, संमेलनास आपणास आमंत्रण येईल, असं सूर्यकुमारला वाटलं होतं. संमेलन त्याने कधी पाहिलं नव्हतं. हजारांच्या संख्येने रसिकवर्ग जमतो, काव्य-संमेलनास तर पंधरा-वीस हजारांचा मॉब जमून, सभामंडप खचाखच भरतो, हे सारं पेपरात त्यानं वाचलं होतं; पण आमंत्रण नाही

तर जायचं कसं? लेको, आम्ही काय कवी नाही? आम्हाला आमंत्रण देऊन एखादी कविता जर काव्यसंमेलनात म्हणायला संधी दिली, तर तुमचे काय चार चव्वल जाणार आहेत? आम्ही आमच्या खर्चाने येऊन...

एके रविवारी दोस्तांची मैफिल जमली, तेव्हा त्याने आपली ही मळमळ बोलून दाखविली.

"च्याभले, आम्हासारख्यांना बोलवायचं नाही म्हणजे अन्याय झाला!"

"साहित्यातही राजकारण आहे, गटबाजी आहे, धोंडिबा!" शेखर चौगुले म्हणाला. अनुदान योजनेत त्याचा एक कथासंग्रह निघाला होता. गावातल्या मराठी शाळेत चौगुले शिक्षक होता.

"आपापल्या पुड्यातील लोकांनाच आमंत्रणं दिली जातात! साला, जिकडं-तिकडं वशिला!!"

सारे सूर्यकुमारला खासगीत 'धोंडिबा'च म्हणत. धोंडिबाला हे मनातून आवडत नव्हतं; पण कुणाकुणाला 'म्हणू नका' म्हणून सांगणार?

"आणि आमंत्रित लेखक तरी धड कुठे जातात रे धोंडिबा!" प्रदीप साठे म्हणाला. याच्या एका ललितलेखसंग्रहाला अनुदान मिळून तो निघणार होता. "त्यांच्यात्यांच्यात आणखी रुसवेफुगवे असतातच. थोडे जातात, थोडे नाहीतही! मग संमेलनास श्रोते म्हणून आलेले कुणी प्राध्यापक पकडतात व परिसंवाद धकवून नेतात! म्हणजेच परिसंवादाचे भरीत करतात!"

"ते काही नाही. दोस्त हो, आपणच इथे एक संमेलन भरवायचं!" सरकारी कृपेने कादंबरी प्रसिद्ध झालेला प्रकाश वैद्य म्हणाला.

"पण संमेलन भरवायचं म्हणजे काय साधी गोष्ट आहे?" सूर्यकुमारनं विचारलं, "खर्चाचं...?"

"अरे धोंडिबा कुठली संमेलनं कुणी स्वतःच्या खिशातून करतात? पब्लिक कशाला आहे हे...? पब्लिकचा पैसा, सॉरी वर्गणी, जमा करायची आणि पार पाडायचं! हाय काय नि नाय काय?"

"मग ठरलं तर, एकदा संमेलन घ्यायचंच! महिनाभर थोडंफार कष्ट घेऊन पैसा जमा करायचा, दुसऱ्या महिन्यात तयारी करायची, अध्यक्ष, परिसंवादाचे विषय व वक्ते ठरवायचे, आणि..."

"पण, संमेलन एका दिवसात आवरावे अशी काही..."

"छोड यार, एक दिवसाच्या संमेलनात काही मजा नाही. चांगलं घसघशीत दोन दिवसांचं संमेलन घ्यायचं...!"

"म्हणजे परगावच्या श्रोत्यांना तीन वेळा जेवण द्यायची पाळी!"

"येऊ दे! तीन दिवस देऊ जेवण, त्यात काय? प्रवेश शुल्क दहा रुपये ठेवू बाहेरच्यांना, म्हणजे झालं...!"

आणि मग प्रत्येकालाच वाटायला लागलं– संमेलन भरविणं तेवढं काही अवघड नाही.

"मग ठरलं तर– फिक्स! संमेलन घ्यायचंच!"

"हो, हो! घ्यायचं; पण कुणातर्फे, कोण भरविणार हे संमेलन...? डिकलर तर काय करणार...!"

"संमेलन तर आम्हीच भरविणार आणि डिकलर तरी काय करायचं?"

"तसं नसतंय, तसं नसतंय वैद्यराज! तर आपण जे आहोत– लेखक, नवोदित लेखक म्हणा..."

"नवोदित का बे? इथं जमलेल्यांपैकी प्रत्येकाचं निदान एक-एक तरी पुस्तक प्रसिद्ध झालंयच की! ज्यांचं एकही पुस्तक निघालं नाही, ते नवोदित!"

"हां, हां. ही सोपी व्याख्या झाली. जास्त काही मगजमारी नाही. तर आपण 'रसिक साहित्य मंडळी' स्थापन करू व त्या तर्फे संमेलन भरवू!"

"मंडळी? खी: खी: खीक! ही काय नाटक मंडळी आहे का काय रे– पूर्वीच्या काळची? तर 'रसिक साहित्य मंडळ' असं नाव द्यावं! रसिक साहित्य मंडळ, हुबलाकवाडी यांच्या तर्फे...!"

"आता मंडळ स्थापन केलंय, तर मंडळाचा अध्यक्ष वगैरे... अध्यक्ष अर्थात धोंडिबा राहील. तो वयाने व अनुभवानेही आम्हांत ज्येष्ठ आहे...! उपाध्यक्ष मी होतो! कार्याध्यक्ष हा वैद्य होईल. आणि बाकीचे सारे कार्यवाह!"

"संमेलन म्हटल्यावर आणखी काय काय बुवा?"

"कथाकथन, काव्यसंमेलन, हे तर मस्ट! दोन परिसंवादही टाकू! पण, त्यापूर्वी संमेलनाध्यक्ष, उद्‌घाटक, स्वागताध्यक्ष वगैरेसाठी नावं निश्चित करायला हवीत!"

"आज इतकंच बास! पत्रक काढून मध्ये एक मीटिंग घेऊ व त्यात

काय ते ठरवू; पण आजची महत्त्वाची बाब म्हणजे, आज आपलं मंडळ स्थापन झालंय, तेव्हा त्याचं सेलिब्रेशन केलंच पाहिजे, काय अध्यक्ष?''

''हां, हां करू ना. स्टॅण्डपुढल्या खानावळीत आज पार्टीच करून टाकू!''

''अध्यक्ष, पन खर्च तुझ्याकडं; कारण तू अध्यक्ष आहेस!''

''हां, हां, लागला. पार्टीचा खर्च माझा...!''

''पन पार्टी ओली पाहिजे. सुक्की नको!''

''हां, हां, ओलीच देतो. दोन क्वॉर्टरच्या बाटल्या आणतो...!''

''त्यापेक्षा चढाय मोसंबी – नारंगी बरी रे...!''

''बरं, ती आणू शिसाभर, त्यात काय!''

''आणि ही मीटिंग मग येथेच संपली...''

चार-पाच दिवस जाताच दुसरी मीटिंग भरली.

''अवांतर बोलण्यापेक्षा आपण आता सरळ मुद्द्यालाच हात घालू...'' या मीटिंगला तशी बऱ्यापैकी गर्दी झाल्याचे बघून धोंडिबास खूप हुरूप आला होता. गेले चार दिवस दुकानाबाहेर बोर्ड लावल्याचे हे एक चांगले फळ होते, ''तर मित्रहो, संमेलन पार पाडायला...''

'''पार पाडायला' म्हणण्यापेक्षा 'संमेलन संपन्न होण्यासाठी' असं म्हटलं तर जास्त प्रभावशाली होईल; कारण 'पार पाडणे' यात श्लेषही आहे!!'' मीटिंगमध्ये आलेला नवा चेहरा सुभाष खडके म्हणाला– हा कवी होता– तशी मीटिंगला आलेली सर्वच कुमक कवी या सदरात मोडणारी होती. आतापासूनच यांच्यात जर मिसळू लागलो, तर संमेलनात एक-दोन कविता म्हणण्याचा तरी चान्स मिळेल!

''हां, तर दोस्तहो, संमेलन संपन्न होण्यासाठी पैशाचा प्रॉब्लेम आहे. त्यासाठी पैसा जमा करायचा. त्यासाठी आपण प्रथम तात्यासाहेबांकडे जाऊ. तात्यासाहेब म्हणजे जोगाई सहकारी साखर कारखाना लिमिटेडचे चेअरमन! असे आपण मॉबने गेलो, तर आपला प्रभावही पडेल आणि तात्यांकडून घसघशीत देणगीही मिळवता येईल!''

''तात्या कोल्ह्यागत बेरकी माणूस, त्याला संमेलनात एखादं मानाचं पद दिल्याशिवाय तो फळेल?''

'''फळेल' या शब्दावर आमचा आक्षेप आहे!''

"बरं, धार देईल म्हणा!!"

"म्हणजे तात्यांची आम्ही धार काढायची? याचा काय अर्थ? हाही ग्राम्यच शब्द, नाही, का?"

"अहो मिस्टर, हे 'ग्रामीण संमेलन' आहे, तेव्हा त्यात ग्राम्य शब्द येणारच की!"

"ग्रामीण संमेलन म्हणजे 'ग्रामीण साहित्य संमेलन' नव्हे, तर 'ग्रामीण भागात भरणारे साहित्य संमेलन!"

"आता शब्दछळ पुरे! मुद्द्याचं..."

"शब्दछळ, नव्हे, शब्दच्छल!!"

"म्हणजे तेच! तर मुद्द्याचं..."

"पण, मी म्हणतो, तात्याकडं जायचं, तर प्रथम पावतीबुक नको का? तात्यालाच पहिला आकडा टाकायला लावायचा!"

"पावतीबुक घेऊच छापून! पण, त्याआधी तात्याला संमेलनात कुठलं पद द्यायचं ते ठरवा!"

"तात्याला स्वागताध्यक्ष करून टाका की, म्हणजे प्रश्नच मिटला. भेटायला जायचं, तर असा बहाणा करायचा, की त्यांना वाटावं, संमेलनात स्वागताध्यक्षपद स्वीकारायची विनंती करण्यास ही पोरं आली आहेत, असाच त्यांचा ग्रह व्हावा. हळूच देणगीचा प्रश्न काढायचा. काय?"

"म्हणजे, हा गनिमी कावा वापरायचा!"

"त्याशिवाय पैसा कसा जमा होईल?"

"आपणास एक स्वागतसमिती स्थापन करायला हवी! आपल्या पंचक्रोशीतील झाडून साऱ्या बड्या धेंडांची वर्णी तीत लावून टाकायची; कारण का-की, या बड्या धेंडांच्यामुळे पैसा गोळा होण्यास आणखीन मदत होईल!"

"माझी एक सूचना आहे– या स्वागत समितीत गावातील दोघा पत्रकारांनाही घेऊ, म्हणजे आपल्या संमेलनासंबंधी पेपरात बातम्या व वृतान्त यावयास तेवढं बरं होईल!"

"हां, हां– ही कल्पना मात्र शंभर नंबरी आहे! मान्य, सर्वांनाच मान्य!!"

"तर आता खऱ्या अर्थाने तयारीला लागायचं. पहिली गोष्ट दोन-

चार दिवसांत पावतीबुकं छापून घ्यायची आणि त्यातील एक-दोन, एक-दोन आपल्यापैकी प्रत्येकाने घेऊन ती खपविण्याचा प्रयत्न करायचा!''

''हां, हे तर केलंच पाहिजे; पण या अवधीत संमेलनाला अध्यक्ष म्हणून कुणाला बोलवायचं, याचा आधी विचार व्हावा. अध्यक्ष म्हणून आपण ज्यांना निवडू, त्यांना नावलौकिक असावा व तो अध्यक्ष आहे म्हटल्यावर संमेलनाला थोडीफार गर्दीही जमावी, अशाच व्यक्तीची आपण निवड करायला हवी.''

''तीन-चार नावं निवडू आपण. त्यांच्याशी संपर्क साधू आणि कुठला अध्यक्ष स्वस्त पडतोय पाहू!''

''शक्यतो, अध्यक्ष असा निवडायचा– ज्याला नाव आहे, उत्साह आहे, प्रसिद्धीची, मानसन्मानाची ज्याला हाव आहे आणि स्वत:च्या खर्चाने जो येऊन, भाषण ठोकून जाईल!!''

''असा हरीचा लाल...''

''अरे, असतात खुळी अशीही! मोठमोठे साहित्यिक असले, म्हणून सगळ्यांनाच व्यवहारज्ञान असतं, शहाणपण असतं, पाचपोच असतो, असं कुठं आहे! मान मिळतो म्हणून स्वखर्चाने धावून येणारे अनेक असतात.''

''तर असो! आता पुढली मीटिंग येत्या रविवारी, इथंच. तोवर पावतीबुकं छापून घेऊ. कविवर्य धोंडिबा. चहा सांगा आता. चहा पिऊन मीटिंगची सांगता करू!''

''आम्ही इथे वरचेवर येतो, चहा-पाण्याचा खर्च धोंडिबाच करतो, संमेलन जवळ येईल, तसे किंवा तोपर्यंत यापुढेही आपण इथे जमणारच आहोत. तेव्हा हे असंच चालू राहिलं, तर या बिचाऱ्या धोंडिबाचं दिवाळं वाजेल व त्याला दुसऱ्याच्या किराणी दुकानात पुड्या बांधत बसायची पाळी येईल!''

''खॅऽ, खॅऽ– खिक्!!''

''हसण्यासारखी गोष्ट नाही हो! तर खरंच गंभीर बाब आहे. लेकांनो, एवढं सांगतोय, तरी अजून हसताहात, तर मग मरा! या कविराजाला आयुष्यातनं मात्र उठवू नका. म्हणून मला वाटतं की इथे आपण चहा वगैरेसाठी जो खर्च होईल, तो धोंडिबाने लिहून ठेवावा. वर्गणी जमल्यावर तीतून हा खर्च त्याने काढून घ्यावा...!''

"मंजूर, मंजूर! आम्हाला मंजूर आहे हे!"

आणि मग समोरच्या 'कॅफे प्रभात'मधून चहा मागविल्यावर ही दुसरी मीटिंग संपली...

हुबलाकवाडीच्या दक्षिणेस तीन मैलांवर असलेल्या विस्तीर्ण माळावर जोगाई साखर कारखान्याची भव्य इमारत निळ्या आकाशात धूर सोडीत उभी होती. कारखान्याच्या ऑफिसमध्ये नागोजीराव तुकाजीराव दाभोळे ऊर्फ तात्या कारखान्याच्या लवकरच होणाऱ्या निवडणुकीबाबत मोर्चेबांधणी करण्यात गढले होते; कारण केवळ तीन महिन्यांवर निवडणुका आल्या होत्या. कारखान्याच्या परिसरात येणाऱ्या गावातील कोण कोण तालेवार, लोकांवर/सभासदांवर प्रेशर टाकून आहेत, त्याचा शोध घेऊन त्यांना आपल्या बाजूस ओढून घेऊन पॅनेल आदींवर खल आत चालला होता, त्यामुळे आत सारा गोमगाला उसळला होता.

'रसिक साहित्य मंडळा'ची मंडळी ऑफिसजवळ आली, तेव्हा आतला आठवड्याच्या बाजारागत कालवा ऐकून क्षणभर स्तब्ध झाली. आपण अवेळी तर आलो नाही ना?

"तात्या फार कामात दिसतोय रे! आपण त्याची अपॉइन्टमेन्ट घेतली असती, तर बरं झालं असतं!"

"अपॉइन्टमेन्ट घेऊन भेटावा असा तात्या स्वत:ला कुणी शहरी, उच्च वगैरे समजत नाही. तो तुमच्या-आमच्यासारख्या माणसांतही सहजी मिसळणारा माणूस! भेटीची वेळ नक्की करून त्याला भेटावं असं काही नाही. मध्यरात्री हाक मारली, तरी अंथरुणातून उठून येणारा माणूस तो, पाहा हाक मारून आताही– उठून येतो की नाही पाहा!"

तसा धोंडिबा ऊर्फ सूर्यकुमार पुढे झाला व ऑफिसच्या दारात उभा राहून त्याने हाक मारली,

"तात्या ऽ अहो, तात्या!"

आतल्या सगळ्यांच्या नजरा दाराच्या दिशेने वळल्या, अन् कालवा शांत झाला. तशी धोंडिबाने परत हाक मारली,

"तात्या!!" व तात्याच्या नजरेत 'काय?' असा प्रश्न उमटल्याचं पाहून म्हटलं, "जरा बाहेर या!"

तोवर धोंडिबाच्या पाठीमागे सारं 'रसिक साहित्य मंडळ'च उभं राहिलं व दरवाजा मुजून गेला! बायला, ही पोरं कसली पट्टीबिट्टी

मागायला आली की काय? कसला उत्सव? जत्रा? तात्याला काही आठवेना!

तो जागेवरून उठला व दाराजवळ येत त्यानं विचारलं,

"काय रंऽ, काय इषेस?" यांचं चेहरं पडल्यालं दिसत नाहीत, तेव्हा गावातलं कुणी एवढ्यात गचकलं नाही किंवा गचकायच्या मार्गाला लागल्यालं नाही, हे नक्की!

"तात्या, एक काम होतं... नाही म्हणजे, एक विनंती करायला आलो होतो आम्ही! गावात एक साहित्य संमेलन भरवायचं ठरविलंय आम्ही. स्वागताध्यक्ष म्हणून आमच्या मंडळानं आपली निवड केली आहे. आपली हरकत नाही ना?"

"पन पोरांनो, मी त्या लायकीचा तर हाय का? आजवर मी याकबी पुस्तक वाचल्याले न्हाई!" वरच्या मनाने तात्या म्हणाला. खरं तर मनातून त्याला आनंदच झाला होता. संमेलनात हे पद म्हणजे केवढा मान! शिवाय त्यामुळे आपला लौकिक आणखी वाढेल व फॅक्टरीच्या येत्या इलेक्शनमध्ये या गोष्टीचा फायदाही होईल आपणाला! तरी पण वरपांगी उगीच आढेवेढे घेत होता. "शिवाय पोरांनो, फ्याक्टरीचं इलेक्शन एक आलंय तोंडावर, त्यातनं टाइम तरी कसा मिळायचा म्हंतो मला? हिकडं तुमच्या संमेलनाची धामधूम आनि तिकडं इलेक्शनच्या परचाराचा धडाका! तर अशा टैमाला मी जर संमेलनात गुतापलो, नि तिकडं दुश्मनानी डाव साधून मला नि माझ्या प्यानेल्ला उत्ताणं केलं तर काय घ्या! म्हणून म्हंतो पोरानो, की दुसरा कुणी..."

"न्हाय तात्या, तुमच्याशिवाय लायक हाय कोन या भागात!" खरं तर प्रदीप साठेला 'या भागात' ऐवजी 'अलम दुनियेत' वा 'महाराष्ट्रात' असं म्हणायचं होतं; पण हे अतिच होईल असं वाटल्यानं तो गप्प बसला.

"आणखी म्हणजे तात्या, फक्त अर्ध्या दिवसाची, नि ह्याहून जास्त खरं सांगायचं, तर केवळ तासाभराची गोष्ट आहे ही! उद्घाटन समारंभाला तुम्ही हजर राहून पाचेक मिनिटं भाषण केलं, की काम खल्लास!" चौगुले म्हणाला.

"पन, ते भाषाण... माय् व्हले ऽ, बोलायचं काय मी?"

"त्याची नको काळजी... आम्ही लिहून देऊ!!"

"आसं हाय तर मग मीबी तुम्हा तरुण मंडळींचा हिरमोड करणार न्हाये!'' आणि मग एक नवाच मुद्दा सुचावा, तसा तात्या म्हणाला, "पण पोरांनु, अध्यक्ष कोण रे? अध्यक्ष कुणाला करणार...?''

"तशी आजून निवड कराय नाही; पण दोनेक...''

"निवड करतावख्ती एकमतोर काळजी घ्या काय? बामण किंवा सरकारी बामण म्हणजे म्हा... आपलं दलित का काय ते नको. तर बहुजेन समाजातलं कोण तरी असावं! आपुन आपल्या मान्सानी?...''

"बरं तर तात्या, तुमचं नाव फिक्स!!'' वैद्य बोलला.

"हां, हां, घट्टच धरा!'' धोंडिबा परस्पर म्हणाला.

"शिवाय तात्या, संमेलनाला आजपासून आम्ही निधी जमा कराय लागलोय! आपल्यापासून शुभारंभ करायचं आमच्या मंडळाने योजलंय, तेव्हा आकडा सांगा!'' नि धोंडिबानं खिशातून पावतीबुक काढलं...

तसा तात्या म्हणाला,

"ते पावतीफिवतीचं ऱ्हावूं दे! पैसे जमवा, कमी भरतीचं सारं काही माज्याकडं लागलं!'' आणि त्यानं पाकिटातून पन्नासाची नोट काढून त्यावर एक बंदा रुपाया ठेवीत म्हटलं, "हे एकावन्न तुम्हास्नी रिकाम्या हातानं परत पाठवायचं न्हाई म्हणून! हे ठेवून घ्या आणि संमेलन झाल्यावर खर्चाची बिलं आणा नि क्यास घिऊन जावा!!''

यावर बोलण्यासारखं मंडळींना काही नव्हतंच.

"बरं! येतो आम्ही!!'' म्हणून सारे परतले.

'मंडळा'तील लोकांकडे धोंडिबाने दोन-तीन, दोन-तीन पावतीबुकं दिली होती, ती खपवून पैसे जमवावेत व संमेलनाच्या खर्चास हातभार लावण्यास 'मंडळा'तील लोकांनी मदत करावी, अशी त्याची अपेक्षा होती... त्याचबरोबर संमेलनाच्या अध्यक्षपदासाठी हाकारे घालण्यासाठी प्रकाशन डायरी वाचनालयातून आणून त्यातील पत्त्यांवर पुण्या-मुंबईतील लोकप्रिय लेखकांना पत्रे रवाना झाली.

"लोकप्रिय लेखक पुण्या-मुंबईतच असतात काय?'' हा प्रश्न अर्थात चौगुले मास्तरशिवाय कोण विचारणार?

"तसा एक समजच पसरलाय ना! शिवाय पुण्या-मुंबईचा लेखक म्हटल्यावर नाही म्हटलं, तरी इम्प्रेशन पडतं, प्रेशर पडतं! शिवाय

यामुळं पब्लिक जमायलाही बरं पडतं!!"

"बरं, बघा– बघा हाकारे-कुकारे पत्रांतून घालून!"

पण, पुण्या-मुंबईकडील लेखकांची उत्तरं आली तर खास, मासलेवाईक होती -

स.न.वि.वि.

आपण संमेलनाच्या अध्यक्षपदासाठी विनंती केल्याबद्दल आभार!

जेव्हा तरुण वयात उमेद, उत्साह होता, तेव्हा मला कुणी बोलावीत (किंवा तुमच्याकडील ग्रामीण भाषेत– हिंगलत) नव्हतं; पण आता उतार वयात कोठून-कोठून समारंभासाठी आमंत्रणं येऊ लागलीत! अशा समारंभासाठी आता मी लायक झालो असेन; पण प्रवासासाठी प्रकृती लायक नाही... आता दगदग नाही सोसवत, तेव्हा क्षमस्व!'

दुसरा मामला असा होता –

'आपल्या पत्राबद्दल अंत:करणपूर्वक आभार. मी आपले आमंत्रण स्वीकारून अध्यक्ष होण्यास आनंदाने तयार आहे. नंतर वाद उद्‌भवू नये, म्हणून एक गोष्ट आताच स्पष्ट करणे उचित वाटते व ती म्हणजे – अशा बाहेरगावच्या आमंत्रणासाठी मी साडेसातशे अधिक एक रुपया (७५१-०० रु.) फक्त मानधन घेतो, त्याशिवाय मला नेण्या-आणण्यासाठी स्पेशल गाडी व टॅक्सी लागते.

याचाही आपण विचार करावा आणि उलट टपाली आपला निर्णय कळवावा!'

तिसरा नमुना –

'आपण ग्रामीण भागात साहित्य संमेलन भरविता, हे खरोखरच अभिनंदनीय आहे. मी आनंदाने अध्यक्ष होण्यास तयार आहे. मी नेहमीच विमानाने प्रवास करतो. त्यामुळे प्रवासातील त्रास वाचतो व वेळेचीही बचत होते, हे आपणास सांगावे, असे नाही! मी येथून हवाई मार्गे बेळगावला येईन. तेथून आपले गाव जवळ आहे ना? बेळगावहून आपल्या गावापर्यंत येण्यासाठी आपण कार पाठवालच. मराठी साहित्याच्या व आपल्या प्रेमासाठी एअर बसवर काट मारून कारनेही प्रवास करावयास मी तयार आहे. तरी आपण इकडेच कार पाठविली तरी हरकत नाही... उत्तर यावे...!'

"अगर इजाजत हो तो फिर दो-चार नमुने पेश करूँ?" धोंडिबा

ऊर्फ सूर्यकुमारने मंडळातील मंडळींपुढं म्हटलं.

"जहाँपन्हा, बस्स-बस्स! अभी बस्स! हमें चक्कर आने लगी!!"

"पुण्या-मुंबईकडील साहित्यिकांचे नखरे समजले! आता पुण्या-मुंबई...!"

"अरे बाबा, अशी संमेलनं भरविताना सर्वच साहित्यिकांचे नखरे किंवा त्यांचं असली रूप आपणासारख्यांना समजतं. साहित्यात साहित्यिकाचं प्रतिबिंब पडतं म्हणतात, ते चूक! अशा संमेलनात त्यांचं खरं बिंब, प्रतिबिंब किंवा बिंग म्हणा, दिसून येतं. खूप मोठा साहित्यिक खूप मोठ्या मनाचा असतोच, असं नव्हे यारहो!!"

"तर आता आपण आपला मोर्चा पुण्या-मुंबई..."

"हां, हां– पुण्या-मुंबईबाहेर चाचपू ना! अशी संमेलनं भरवायची, तर नावाजलेल्यांना चाचपणं आलंच!"

"आता कुठल्या दगडाला शेंदूर फासून म्हसोबा करायचं बुवा? हे संमेलन भरवायचं क्याट काढून झक मारली!"

"एकदा ह्यात डोस्कं घातलंय खरं– मग शिर तुटू दे, वा राहू दे, पर्वा करायची नाही! तर आपण असं करू, येथून नव्वद मैलांवर असलेल्या अण्णासाहेब निंबाळे यांना प्रत्यक्ष जाऊनच भेटू. शिवाजी, संभाजी, तानाजी, बाजी– या त्यांच्या ऐतिहासिक कार्यक्रमांची मालिका किती गाजली. अजूनही आवृत्त्या निघताहेत. प्रकाशक तर म्हणत असतात, निंबाळकरांच्या कादंबऱ्यांची चार-पाच हजारांची आवृत्ती काढली तर ती वर्षभरात डोळे झाकून खपते. गेले दशक निंबाळे लोकप्रियतेच्या लाटेवर स्वार आहेत व पुढील दशकही ते तेथेच राहतील, अशी एकंदर चिन्हे आहेत; पण निंबाळकर येतील का? कौटिल्यावर पौराणिक कादंबरी लिहिण्यात ते सध्या मग्न आहेत, असं ऐकायला मिळतं..."

"पण निंबाळे सतत 'ह्या'त असतात, अशी वदंता आहे!" आणि वैद्याने तोंडाजवळ उजव्या हाताचा अंगठा नेऊन 'ह्या'चा अर्थ स्पष्ट केला व म्हटलं, "आपल्या प्रकाशकाच्या मुंबईतील एका प्रकाशन समारंभातही निंबाळकरने जरा झोकूनच असंबद्ध बडबड करून आपल्या व्यसनाचं श्रोत्यांत प्रदर्शन केलं, असं दोन-तीन महिन्यांपूर्वी 'ललित'मध्ये छापून आलं नव्हतं का?"

"ते काही का असेना, आपण घट्ट आहोत ना– त्यांना सांभाळून घेऊ!'' आणि धोंडिबा म्हणाला, "अडला नारायण, काय करता?''

अखेर एकदाचं संमेलन निश्चित झालं, असं तब्बल महिन्याभराच्या परिश्रमानंतर 'मंडळा'तील मंडळींना वाटलं.

अध्यक्ष म्हणून अण्णासाहेब निंबाळेंनी येण्याचं आनंदाने मान्य केलं. मानधनाचा प्रश्न आडमार्गाने सूचित केला, तेव्हा त्यांनी सांगितलं होतं– 'मानधन वगैरे काही नको.' मला तिकडे येण्या-जाण्यासाठी एक कार पाठवा. तेच मानधन असे समजा. मी आनंदाने येईन!'

उद्घाटक म्हणून जिल्ह्याचे पालकमंत्री आमदार राणोजीराव घोरपडे यांनी येण्याचं आनंदाने मान्य केलं. त्यांची तर स्वत:चीच गाडी होती. आता राहिलं मानधन. धनाच्या बाबतीत त्यांना परमेश्वराने तक्रारीस काहीच जागा ठेवली नव्हती आणि अलीकडे काही मंत्री, आमदार, खासदार यांच्या खासगी वर्तनाचे काही वार्ताहरांनी आपल्या वार्तापत्रांतून जाहीर प्रदर्शन मांडल्यामुळे समाजात लोकसेवक, लोकप्रतिनिधींच्या मानसन्मानाचं तापमान खूप खाली घसरलं होतं; ते उंचावण्यासाठी अशा संमेलनादी कार्यक्रमात भाग घेण्यासाठी एका पायावर तयार असणं, हे तर आपलं (अनेक परम वगैरे कर्तव्यांपैकी) कर्तव्यच! तेव्हा त्यांनीही मंडळाच्या विनंतीला आपली बाळसेदार मान होकारार्थी हलवून सम्मती दिली होती.

संमेलन गावाबाहेरच्या अण्णाभाऊ पाटोळे हायस्कूलपुढील पटांगणात घ्यायचं ठरविलं होतं. त्याला 'गुरुवर्य' रा.कृ. फलसे नगर' हे नाव दिलं होतं. रा.कृ. फलसे हे गावातील पहिले कवी. मास्तरकी करून उरलेला प्रचंड रिकामा वेळ त्यांनी कविता करून सार्थकी लावला होता व पदरचे पैसे खर्च करून 'तृणांकुर' हा आपला काव्यसंग्रह काढला होता. तेव्हाच्या काळी केवळ १२आणे किंमत असलेला १७५ पानी संग्रह कुणी विकत घ्यायलाही तयार नव्हतं. २००/३०० प्रती इकडे- तिकडे वाटूनच संपल्या होत्या व उरलेल्या वाळवीच्या भक्ष्यस्थानी पडल्या होत्या... असं उपेक्षित आयुष्य जगून, संपून गेलेल्या कवीची लोकांना आता आठवण झाली होती.

संमेलनाची तारीखही निश्चित झाली व ती वार्ताहरांमार्फत दैनिकांतून

जाहीरही करण्यात आली. मेमध्ये शाळा-कॉलेजांना सुट्टी असते, त्यामुळे हायस्कूलची इमारत येणाऱ्या प्रतिनिधींना उपलब्ध होऊ शकत होती. तेथील वर्गात ते राहू, बसू शकत होते. हजारभर प्रतिनिधी तरी नक्की येतील, अशी मंडळाची अपेक्षा होती.

मे च्या १६, १७ तारखेस संमेलन; पण १५ तारखेपासूनच बाहेरगावचा एक एक चेहरा टपकू लागला होता... हे संमेलन कसं होतं, कसं नाही या काळजीत असलेल्या 'मंडळा'तील मंडळींच्या चेहऱ्यांवर जरा तकाकी आली होती... अध्यक्षांना आणायला गेलेली गाडी रात्री नऊ वाजून गेल्यावर अध्यक्षांसह परत आली, तेव्हा धोंडिबाला वाटलं, आता संमेलन संपन्न झालं असंच समजून चालायला हरकत नाही. यस्टी स्टॅन्डपुढल्या गावातील एकुलत्या एक लॉजिंग बोर्डिंगमध्ये एक खोली घेऊन अध्यक्षांची राहण्याची सोय केली होती.

१६ मे चा बुधवार उजाडला. हायस्कूलच्या दोन इमारतींमधील एखाद्या ओपन एअर थिटरागत लांब-रुंद जागेवर भव्य शामियाना उभारला होता. गावातल्या लग्न-मंडप कंत्राटदाराकडील दोन लग्न-मंडप व तालुक्याच्या गावाहून एक असे त्यासाठी खर्ची पडलेले. गावातल्या शिवराज ट्रान्सपोर्ट कंपनीच्या मामा जगदाळेंच्याकडून ट्रकच्या चार ताडपत्र्या आणून खाली हंथरल्या होत्या... मंडपाबाहेर 'कवी रा.कृ. फलसे नगर' अशी मोठाली अक्षरे लिहिलेला बॅनर लावला होता...

दिवस उगवायच्या आधीपासूनच शामियान्याच्या मंडपावर लावलेल्या स्पीकरमधून बिसमिल्लाखानच्या शहनाईवादनाच्या कॅसेटचे मधुर, मंजुळ स्वर हुबलाकवाडीच्या कानांवर पडू लागले व त्यामुळे संमेलनाचं वातावरण तयार होण्यास मदत होऊ लागली... 'संमेलनाची ही काय ज्यंत्री हाय बघू या तरी' म्हणत हुबलाकवाडीचे लोकही हळूहळू मांडवात गर्दी करू लागले... संमेलन आहे, म्हणून गावातील पोरंटोरंही मांडवात येऊन हुदूद्या घालू लागली...

इकडे धोंडिबा आणि मंडळी अध्यक्ष तयार झालेत की नाही, हे पाहायला गेस्ट हाउसवर जातात, तो त्यांच्या खोलीचा दरवाजा बंद!

"दादा ऽ अहो दादाऽऽ!" चौगुले मास्तर हाक मारू लागला.

"अहो गुर्जी, दादा नव्हे, अण्णा! अण्णासाहेब निंबाळे हे आपल्या

अध्यक्षांचं नावही विसरलात काय?''

''सॉरी! अण्णासाहेब! अहो अण्णा!!''

दोन-तीन हाका मारल्यावर प्रयत्नांना यश आलं.

''कोण ते?'' आतून अण्णांचा चिडका स्वर आला. ''मला बारापर्यंत उठवू नका!''

''ऑ!'' आणि धोंडिबाने म्हटलं, ''हे पाहा अण्णा, जरा दार तर उघडा, प्लीज!!''

तशी आत धडपड झाली. दरवाजा उघडला गेला व त्या दाराचाच आधार घेऊन अण्णासाहेब कसे तरी उभे असलेले 'साहित्य मंडळा'तील मंडळींना दिसले.

साऱ्यांचेच धाबे दणाणले! आयला, हे पिंकड रात्रभर पीतच राहिलंय, की रात्रीच प्यालेली उतरली नाही ह्याची!

''अण्णा, आता उद्घाटन समारंभ आहे नऊला. आपण जर बाराला उठलात, तर मग वांगं झालंच कार्यक्रमाचं!''

''वांगं न्हवं, भरीत!''

''हं: ऽ हं: ऽ हंऽ!'' विनोद केल्यावर हसावं, तसे अण्णासाहेब हसले व म्हणाले, ''रात्री पिण्याच्या भरात मी विसरलोच सकाळच्या कार्यक्रमाचं! मी आपला घरी असल्यागत रिप्पी लावली!!'' आणि ते म्हणाले, ''या नं! आत या!''

तशी बाहेरील जत्रा आत आली... आत आलेल्यांपैकीच एकाच्या खांद्याचा आधार घेत अण्णासाहेब मग म्हणाले,

''आता असं करा, पेलाभर ताक कोठून तरी मला आणून द्या! काय? ते प्याल्याशिवाय उद्घाटनाला येण्याच्या अवस्थेत मी येणार नाही! काय...?'' आणि अण्णासाहेबांनी डोळे मिचकावले, ''ग्रामीण साहित्य संमेलनाला शोभेल असाच अध्यक्ष तुम्ही लोकांनी निवडला आहे, या चातुर्याबद्दल तुम्ही सारे अभिनंदनास पात्र आहात!''

''थँक्यू अण्णा, थँक्यू!'' मनातल्या मनात कपाळावर हात मारून घेत वैद्य म्हणाला.

''तुम्ही दोघं राहा रे अण्णांच्याजवळ! त्यांना तयार करूनच घेऊन या– तासाभरात!''

''हो, हो, तुम्ही काळजी करू नका.'' आणि गुरुजी म्हणाले, ''नऊ

वाजून गेल्यावर एक टॅक्शी मात्र पाठवून द्या– अण्णांना नेण्यासाठी!''

''अण्णा, येतो तर... फार उशीर लावू नका! लोक चिडतील, आमच्या अपेक्षेहून दुप्पट पब्लिक जमलंय!!''

''तुम्ही निष्काळजी जा! हा मी आलोच...''

अन् मग बाकीचे लोक परतले...

अखेर एकदाचा उद्घाटन समारंभ पावणेदहाला सुरू झाला. हाकारे देऊन देऊन सर्वच 'नग' स्टेजवर आणून बसविण्यात धोंडिबा आणि कंपनीला यश आलं होतं.

मंडप फुल्ल भरला होता, शिवाय बाहेरही लोक उभे असलेले दिसत होते. त्यामुळे सर्वच कार्यकर्त्यांना हुरूप आला होता.

प्रास्ताविकाला धोंडिबा उभा राहिला व कार्यक्रमास सुरुवात झाली... अध्यक्ष, उद्घाटक, स्वागताध्यक्ष यांची नमनागत प्रथम नावं घेऊन 'उपस्थित बंधू-भगिनींनो' म्हणत त्यानं खिशातून कागद काढला. एवढ्या मोठ्या समुदायासमोर प्रथमच तो उभा राहत असल्यामुळे त्याच्या हातापायांना कंप सुटला होता. तळवे घामेजून गेल्यागत वाटत होते व आपण घाबरलो आहोत, हे जाणवून आल्याने त्याने दिल टाकलं होतं, नर्व्हस ब्रेक डाउन झालेल्या माणसागत त्याची अवस्था झाली होती आणि खिशातून काढलेला कागद आपण रात्री दीडेक तास लिहून काढलेल्या भाषणाचा नसून कविसंमेलनात म्हणायच्या दोन कवितांचा आहे, हे दिसून येताच तो आणखीन लटपटून गेला. मग कसाबसा कुचमत म्हणाला,

''आम्ही या भागातले नवोदित लोक जमून काही महिन्यांपूर्वी एक मंडळ स्थापन केल्याचं तुम्ही जाणताच, तर त्या मंडळातर्फे ही जत्रा, सॉरी स्नेहसंमेलन, माफ करा, साहित्य संमेलन भरविण्याचा उद्देश हा की आम्हाला, सॉरी तुम्हाला, सॉरी तुमच्यातील नवोदितांना स्टेज मिळावं, आपल्या अंगातील कळा, सॉरी कलागुणांना वाव करून देणारी आपली ही, ती ही... हां, हां– संस्था, नाही म्हणजे मी म्हणतो मिळावी म्हणून...''

असं हे प्रास्ताविक चाललेलं असताना श्रोत्यांच्या हसून हसून मुरकुंड्या वळत होत्या. अखेर जास्त फजिती नको म्हणून आपले भाषण (?) व भाषणाच्या वेळचा आविर्भाव आटोपता घेऊन कवी धोंडिबा

ऊर्फ सूर्यकुमार खाली म्हणजे कोपऱ्यातील खुर्चीवर बसला. अन् कोरड्या ओठांवरून रुमाल फिरवीत राहिला.

तोवर स्वागताध्यक्ष नागोजीराव तुकाजीराव दाभोळे ऊर्फ तात्या उभे राहिले व माइकचा कब्जा घेत म्हणाले,

"अध्यक्ष महाशय, उद्घाटक जिल्हा पालकमंत्री आमदार राणोजीराव घोरपडे व उपस्थित बंधू-भगिनींनो– हुबलाकवाडीतील 'मंडळ' व वाडीतर्फे मी आपल्या सर्वांचे स्वागत करतो. मंडळाचे अध्यक्ष कवी धोंडिबा ऊर्फ सूर्यकुमार यांनी आताच प्रास्ताविक केलं आहे. एवढ्या मोठ्या पब्लिकसमोर भाषण करण्याची त्यांची पहिलीच टाइम असल्याने त्यांची थोडी तंतरली व आपणास विनोदी भाषण ऐकायला मिळालं (हशा). अहो, हे कायबी न्हवं! मला जवा पयलं भाषण करायचं संकट, अहो, भाषण करणं म्हणजे आम्हासारख्यानला संकटच हो! (हशा) अंगावर काटाच उभा राहतोय नि काय! पण आता सवय झाली म्हणा भाषण करायची अन् ऐकायचीबी! तर काय म्हणत हूतो हां ऽ शी तर माझं भाषण! अहो, पब्लिकसमोर मी पयलं भाषण करायला जेव्हा हुबा ऱ्हायलो, तेवा मला कत्रुन हे (इथं उजव्या हाताची करंगळी तात्यांनी उंचावून दाखवून 'हे'चा अर्थ स्पष्ट करताच एकच हशा पसरला!) झालं! म्या कशाला स्टेजवर हे करू? (प्रचंड हशा!) म्या आपला भाषण आवरून फशार. परतेकाचंच हे आसं व्हतं! तर ते आसो! काही दिवसांपूर्वी ही तरणी पोरं. पोरं तरणीच असतात हो; पण म्हनायची फ्याशन हाय न्हवं, तरणी पोरं म्हणून, तर ही पोरं आली नि, म्हणाय लागली, 'तात्या तुम्ही स्वागताध्यक्ष व्हा!' कुणाची मान मोडणं हे तर बाबा आपल्या सोबावात न्हाय, म्हणून म्हटलं, 'व्हा तर व्हा!' अहो, फुकटचा मान कुणाला नको हाय? (हशा) स्वागताध्यक्ष व्हायची तशी आमची लायकीबी न्हाय मणा! कारण जल्माला ईऊन आम्ही कधी चार बुकं वाचल्याली न्हाईत. म्हंजे अगदीच आम्ही अंगठाछाप हाव असंबी न्हाय. पन आम्हाला इतरच नाद जास्त. (हशा) त्यामुळं ह्या नादाकडं आमचं ध्यान लागलं न्हाई म्हणा! (हशा) तरीबी बुकं वाचणाऱ्यांची व लिवणाऱ्यांची कदर आमच्यासारख्यांनी, म्हणजेच समाजाने कराय पाहिजे, हीच जन्तेची सेवा हाय, आनि अशी सेवा करायसाठीच तर फॅक्टरीच्या इलेक्शनला आमचं प्यानेल हवं हाय, तवा सभासद लोकंबी आमच्या सेवेची कदर

करतील, अशी आशा करून आमदार सायबांनी आता सरस्वतीपूजा करून दीप पेटवावा आनि संमेलनाचं उद्‌घाटन करावं अशी इनंती करतो नि माजं भाषण आटीपतो!''

तसे आमदार साहेब उठले, स्टेजच्या मागे असलेल्या सरस्वतीच्या प्रतिमेला त्यांनी हार घातला, जवळचीच समई पेटविली, ती पेटविताना काड्याची पेटी घेऊन वार्ताहर मदतीस धावले, त्याच वेळी फोटोग्राफरची फ्लॅशगन चमकली. समई पेटविल्यावर आमदार साहेबांनी श्रीफळ वाढविलं अन् माइकजवळ येऊन त्यांनी बोलावयास सुरुवात केली.

''अध्यक्ष अण्णासाहेब निंबाळकर, स्वागताध्यक्ष नागोजीरावजी दाभोळे ऊर्फ तात्यासाहेब व उपस्थित रसिकजन हो, आज या साहित्य संमेलनाचं उद्‌घाटन करण्याचा शुभ योग आला आहे, याचा मला खरोखर अभिमान वाटतो. तशी मंत्र्याच्या हातून धरणांपासून न्हाव्याच्या दुकानापर्यंत अनेक तऱ्हेची उद्‌घाटनं होत असतात, (हशा) त्या सर्वांत हे एक वेगळंआगळं व पवित्र कार्य आहे, असं मी मानतो. या संमेलनास अण्णासाहेब, तात्यासाहेब व मी भाऊसाहेब असे सारे 'साहेब' लोक लाभले आहेत, हाही एक योगायोगच मानावा लागेल. (हशा) पुण्या-मुंबईकडील ओरिजनल साहेब सोडून आम्हासारखे गावठी साहेब संयोजकांनी इथे का गोळा करावेत, हा प्रश्न काही मला सुटत नाही! तर असे मला इथे हे सांगायचेय की साहित्य समारंभात मंत्री किंवा आमदार, खासदार दिसले की काहींना ॲलर्जी होते; पण आम्ही लोकही तुम्ही निवडून दिलेले असतो. हे सारे साहित्यिक लोकशाहीचा उदोउदो करतात. या लोकशाहीतच यांना लेखन व भाषणस्वातंत्र्य मिळत असतं. निवडणुका ही या लोकशाहीचीच एक प्रक्रिया मानली, तर निवडून येणाऱ्या व्यक्तीबद्दल मनोगंड बाळगून जिथे तिथे त्यांच्यावर बहिष्कार घालण्याची भाषा करणे हे निरोगी मनाचे लक्षण नव्हे. असो. मला इथे कुणावर टीका करायची नाहीये! मी माझं मत नोंदलं, इतकंच! तर आता या संमेलनाचं उद्‌घाटन झालं, असं जाहीर करून अण्णासाहेब व आपण यांमधील या भाऊसाहेबांचा हा अडथळा हटवितो!''

तसे अध्यक्ष अण्णासाहेब निंबाळे आपल्या समोरील टेबलचा आधार घेत उभे राहिले; पण अजून त्यांना तोल सांभाळता येत नव्हता. स्टेजच्या कडेला बसलेल्या माइक टेस्टरवाल्याला त्यांनी खूण करून

जवळ बोलाविले व माइक आपल्या खुर्चीसमोर आणण्यास सांगितले... मग माइकजवळ तोंड नेत त्यांनी टेबलवर थोडं ओणवून म्हटलं,

"स्वागताध्यक्ष तात्यासाहेब, उद्घाटक मा. भाऊसाहेब व रसिक बंधू-भगिनींनो, कालपासून माझी तब्येत थोडी नादुरुस्त झाली असल्याने मी बसूनच भाषण करण्याची अनुमती आपणाकडून घेतो!" आणि मग ते खुर्चीवर बसले व डाव्या हाताने माइकची दांडी पकडीत बोलू लागले, "आपल्या भागातील ही सारी तरुण मंडळी अध्यक्षपदाची विनंती करण्यास माझ्याकडे आली, तेव्हा त्यांची विनंती मी मान्य केली. संमेलनाचा अध्यक्ष म्हणजे गणपती. उत्सवमूर्ती म्हणा ना! चार शब्द बोलायचे व जे जे होईल ते पाहात राहायचे! असे संमेलन म्हणजे एक उत्सव. एक जत्रा. वडिंग्याची जत्राच म्हणा! कोल्हापूरजवळ वडिंग आहे. खुळ्यांचं वडिंग. म्हणजे ही तशी खुळ्यांची जत्रा. खुळे, वेडे. आपण सारेच साहित्याचे वेडे. गांजेकस अड्ड्यावर एकत्र जमतात, दारूकस गुत्त्यावर एकमेक भेटतात, तसे हे साहित्यवेडे संमेलनात एकत्र येतात, भेटतात. नवा हुरूप, उत्साह, ताकद, नवं बळ घेऊन आपापल्या गावी जातात. अशा संमेलनांचं हेच प्रयोजन असतं. शिवाय साहित्य प्रांतात संमेलनासारखी दुसरी स्वस्त व मस्त करमणूक दुसरी कुठली नसते! या करमणुकीतही किती प्रकार! परिसंवादातील करमणूक निराळी, तर कथाकथन व काव्यसंमेलनातील रंगत काही न्यारीच. त्या साऱ्यांचाच आस्वाद घेण्यास आपण इथे जमलात, तेथे मी आपला फार वेळ न घेता माझे भाषण आवरते घेतो..."

त्यानंतर आभारप्रदर्शन होऊन पहिलं सत्र संपलं... लगेच दुसरं सत्र सुरू झालं. परिसंवादाचं. 'साहित्य व समाज.' सूत्रसंचालक म्हणून प्रा. नेमिनाथ महांबरे होते. उमेदीच्या काळात काही कविता, कथा, ललित लेख अशी त्यांची फुटकळ साहित्य सेवा. पुण्याच्या एका प्रकाशकानं 'तुमचा कथासंग्रह काढतो' म्हणून नेमिनाथकडून सहा हजार रुपये नेले होते. ते सहा वर्षं होऊन गेली, तरी अद्याप परत केले नव्हते व संग्रहही काढला नव्हता. सगळा तोंडी व्यवहार, त्यामुळे नेमिनाथनेही कानाला खडा लावला होता. तरी पण 'जित्याची खोड'... म्हणतात, त्याप्रमाणे नेमिनाथचं होतं. हुक्की उठेल, तेव्हा तो एखाद्या साप्ताहिकात व दैनिकाच्या रविवार पुरवणीत पुस्तकपरीक्षण करून लेखकांना व कवींना

झोडपत असे आणि ही संधी मिळेल तेव्हा सभा-संमेलनात मिरवीतही असे. लालाराम खुराणा नावाचा जनता पार्टीचा, जिल्ह्याच्या गावचा नेताही यात भाग घेण्यास आला होता व 'साहित्य व समाज' विषय म्हणून त्याने तेंडुलकरांच्या नाटकावर बोलायला सुरुवात केली व 'कमला' नाटकाचं कथानक सांगितलं. भटक्या जमातीतील लोकांच्या मुलाखती घेऊन, प्रसिद्ध करून बऱ्यापैकी नाव (व राज्य पुरस्काररूपी पैसा) मिळविलेल्या डॉ. सुनील आवटेने तर समस्त मराठी लेखकांवरच झोड उठविली. "अजून धरण व धरणग्रस्तांवर एकही पुस्तक वा कथा-कादंबरी मराठीत निघाली नाही. (या विषयावर दोन-तीन कादंबऱ्या, काही कथा मराठीत असून, त्या वाचणार कोण? इति श्रोत्यांतील काही चिकित्सक वाचक.) या लेखकांना अनुभव घ्यायला नको. कुठेतरी नोकऱ्या करीत पाट्या टाकीत असतात व उरलेल्या रिकाम्या वेळात आपल्या सुरक्षित मठीत बसून लेखनकामाठी करीत असतात. नवा अनुभव येण्यासाठी यांना एखाद्या धरणाच्या कामावर नेऊन जुंपायला पाहिजे वगैरे... "असा जो तो मनात येईल त्या विषयावर बोलत होता व नको तितका वेळ गुऱ्हाळ लावीत होता. विषयाचं बंधन, वेळेचं बंधन काही आहे की नाही? कुणी तरी एक चिठ्ठी सूत्रसंचालक प्रा. नेमिनाथच्या हातात कोंबली– 'आपण सूत्रसंचालक आहात' अशी, त्या चिठ्ठीच्या पाठीमागे 'संमेलनात (सर्वत्रच) हे असेच!' लिहून, आणणाऱ्याच्या ती हाती दिली.

वरून तावणारं ऊन मांडवाच्या छतावरील कापडातूनही श्रोत्यांना चटका देऊ लागलं होतं व इकडे परिसंवादातील वक्तेही मस्तक उठवू लागले होते. केव्हाच एक वाजून गेल्याने पोटात कावळेही ओरडू लागले होते. हळूहळू श्रोते जेवणासाठी उठून जाऊ लागले. गावातल्या राममंदिरात जेवणाची सोय केली होती... उठून जाण्याची ही लागण इतकी पसरली की, आता मंडपात केवळ वक्तेच उरतात की काय, अशी भीती वाटू लागली.

परिसंवाद आटोपला तेव्हा मंडपात केवळ दहा-बारा लोक (तेही 'मंडळा'चे कार्यकर्ते असावेत!) उरले होते.

तिकडे राममंदिरात धुंबडा उडाला होता. जेवणाची सारी व्यवस्थाच कोलमडून गेली होती. कोण हवं ते येऊन जेवून जात होतं. तीन-चार

पंगती उठताच आचाऱ्याने जाहीर केलं 'आता एखादी पंगत उठेल न उठेल एवढंच जेवण शिल्लक आहे!' धोंडिबाने कपाळावर हात मारून घेतला.

मंदिराच्या माडीवर अजूनही गर्दी आहे. त्याने सरळ आचाऱ्याचे पाय धरले.

"काहीही करा महाराज, पण आमची अब्रू वाचवा!"

"पन करारातल्यापरमानं तुम्ही सांगितला व्हतासा तेवढ्या लोकांचं जेवाण म्या केलंयाच की साहेब! आता आनि करायचं म्हंजे... म्हंजे तेवढ्याचं आनि बिल...!"

"देऊ रे बाबा देऊ! आता एवढं ह्यात मुंडकं आडकलंय नि आता पैशासाठी आम्ही मागं पाय ओढू, व्हय रे?"

"मग झालं तर!!" म्हणत आचारी परत कामाला लागला.

धोंडिबा बाहेर आला. सोबत मंडळाचे चार सभासदही.

"चला रे समोर 'भारत'मदी च्या तर मारू. आम्ही जेवलो का नाही कोण विचारतंय? चहा मारू नि तसंच अध्यक्षांच्या खोलीवर जाऊन त्यांची वास्तपुस्त करू!"

आणि भारत हॉटेलात चहा घेऊन सारे लॉजकडे चालू लागले... चालता चालता धोंडिबा म्हणाला,

"कुणी कुणी किती पावतीबुकं न्हेलीत नि कुणी किती पैसा गोळा केला, काहीच मला समजंना झालंय! अजून कित्येकजणांनी जमिवल्याला पैसा नि उरलेली पवतीबुकंही माझ्याकडं आणून दिली न्हाईत! सालं, पदरचंच खर्चत बसलोय!"

"धोंडिबा, तू कशाला काळजी करीत मगजमारी कराय लागलाईस? खर्च हुईल त्यो लिहून ठेव तू, जमल्याल्या पैशातून सारं मेकप झालं तर बरं, न पेक्षा आपला तात्या आहेच! त्यानं शब्दच दिलाय न्हवं– उरल्यालं सारं माझ्याकडं लागलं म्हणून."

अशी भंकस करण्यात गेस्टहाउस आलं. माडीवरील खोलीत अध्यक्ष महाराजांनी सारा सरंजाम मांडला होता व पिण्याची रिप्पी लावली होती...

"या, या, जलपान करू या!!" सारे आत येताच अध्यक्ष म्हणाले, "आम्हाला हे तीर्थ हवंय– डे आणि नाइट!!"

"पण अण्णा आपण लिहिता केव्हा?"

"अरे भाऊ, लिहिताना शुद्धीत असायलाच हवं असा कुठे नियम आहे का?" आणि समोरचा पेग घशाखाली उतरवीत जवळच्या बशीतील चार खारे शेंगदाणे तोंडात टाकीत ते म्हणाले, "उलट लिहिताना 'हे' हवंच हो. त्याशिवाय आमची लेखनसमाधी लागत नाही!" नि त्यांनी विचारलं,

"तुम्ही सारे घेताय की नाही?"

"घेतो अण्णा, खेड्यात राहून न घेऊन कसं चालेल? पण, लिहिताना मात्र शुद्धीवर असल्यावरच लिहतो!" नि चौगुले मास्तर बोलले, "अण्णा, आम्ही आलो होतो ते यासाठी की, आपलं जेवण...? न्हाई म्हंजे आपण देवळाकडे येणार की...?"

"अहो गुरुजी, अशा जलपानावर ते शाकाहारी जेवण कोण जेवतंय का? शिवाय तिथे ताटाला लावायला बुंदीची कळी असणार! पण अशा जलपानावर नळीच हवी, तरच मजा, काय? मी आपला इथेच जेवतो...!"

"पण अण्णा, आपण विश्रांती घेऊन दुपारच्या सत्रास उपस्थित...?"

"चालेल, चालेल...!"

आणि धोंडिबा म्हणाला, "बरं तर अण्णा, आम्ही येतो!"

"या! सत्र चालू झाल्यावर कार पाठवून द्या, काय?"

"हो, हो!!" बाहेर आल्यावर चौगुले मास्तर म्हणाला,

"आयला, हे पिंकड आपण पसंत केलं नि अध्यक्ष म्हणून त्याचा गणपती केला, उद्या गेस्टहाउसचं बिल भरायची पाळी आल्यावर पुण्यामुंबईचा 'विमान'वालाच साहित्यिक बरा म्हणायची वेळ येऊ ने म्हंजे झालं!!"

"घर पाहावं बांधून, लग्न पाहावं करून, तसं संमेलन पाहावं भरवून म्हणायला हवं आता!"

देवळाजवळ आले, तर दुसऱ्या पंगती बसलेल्या होत्या. शेवटी कसंबसं साऱ्यांना अखेरच्या पंगतीला जेवण मिळालं. भातात भांड्याच्या तळाची करपलेली शितंही आली होती. पेटत्या चुलीवर ठेवून दिलेल्या आमटीला आटून आटून खारट चव आली होती. बटाटे भाजी, वांगी भाजी संपलेलीच होती. थोड्या बुंदीच्या कळ्या मूठमूठभर ताटाला

लावल्या होत्या तेवढंच!

जेवताना वैद्य धोंडिबाच्या कानाला लागत म्हणाला,

"मघा महाराजानं आपल्या घराकडं आठ-दहा माणसांचं जेवण पाठवून दिलं, असं मघाशी कुणीतरी म्हणत होतं!!"

"हे संमेलन पार पडेपर्यंत तीन माकडांगत आपणास राहिलं पाहिजे– डोळे असून पाहायचं नाही, तोंड असून बोलायचं नाही आणि कान असून ऐकायचं नाही!"

"आणि डोकं असून विचार करायचा नाही!"

"बायला, उद्याचा दिवस केव्हा एकदा पार पडंल, असं मला तर वाटायला लागलंय!!"

"हे संमेलन भरवायचं क्याट कुणाच्या डोक्यातनं निघालं रे?"

"माझ्या न्हाय बा!"

"आमच्या तर नाही बुवा!"

"आता जो तो असंच म्हणणार!! शिमगा झाल्यावर कवित्व उरतं, तसं संमेलन झाल्यावर ते सारं निघणारच आहे, आता जेवा गप्प!"

अखेर एकदाचं संमेलनाचं खुलं अधिवेशन आटोपून संमेलन संपलं.

संमेलनातील सगळीच सत्रं व्यवस्थित झाली. कथाकथनाच्या सत्रात कथाकथन म्हणजे कथावाचन असा सोईस्कर अर्थ लावून काही महाभागांनी तीस-तीस,चाळीस-चाळीस पानांच्या कथा वाचल्या. कथाकथनाच्या कार्यक्रमाचे अध्यक्ष प्रा. जगदीश लांडगे यांनी आपली ७५ पानांची दीर्घ कथा वाचून दाखवून श्रोत्यांना घेरी आणली व शेवटच्या दोन-तीन नवोदित कथाकारांचा वेळ आपणच खाल्ला. परिणामी, त्यांना संधी न मिळाल्याने ते लांडग्याविरुद्ध कोल्हेकुई करू लागले. रात्रीचे आठ वाजून गेल्याने हे सत्र आवरून जेवणाला पळावं लागलं.

जेवणानंतर रात्री १०ला कविसंमेलन सुरू झालं. दिवसभर कवींनी 'आम्ही म्हणणार– आम्ही म्हणणार' म्हणून डोकं उठवलं होतं. साऱ्यांनाच म्हणायची परवानगी दिल्याने रात्री स्टेजवर कवी मावेनात इतकी गर्दी झाली. अखेर कविसंमेलनाचे अध्यक्ष प्रा. डॉ. संपत पोटले यांना हात जोडावे लागले व म्हणावं लागलं, 'स्टेजची कपॅसिटी पाहता इतकी भाऊगर्दी स्टेजवर होणं हे स्टेजच्याच आरोग्याच्या दृष्टीने धोक्याचं आहे. दुर्दैवानं हे स्टेजच कोसळून पडलं, तर या कार्यक्रमाला इथंच

पूर्णविराम मिळेल, तेव्हा कवी बंधू-भगिनींना विनंती की, त्यांनी श्रोत्यांतच बसावं आणि मी नाव अनाउन्स करीन त्याप्रमाणे स्टेजवर येऊन आपल्या प्रतिभेची भरारी दाखवावी!!''

'आम्ही इतक्या लांबून-लांबून येऊन आम्हाला इतकाही मान नाही का?' म्हणत असंख्य कवी व काही कवयित्र्या खाली उतरून श्रोत्यांत बसल्या. कवींत लोकशाहीर भगवानराव टिंगरे होता. त्याने आपलं एक कवन सादर केल्यावर सगनभाऊची लावणी म्हणायला सुरुवात केली. अध्यक्षांनी अडविलं, तशी 'तू-मी' 'तू-मी' बाचाबाची झाली. 'कविसंमेलनात कुणाचीही कविता म्हणून दाखवायला परवानगी हवी. साले हो, आमच्यासारखा तुम्हाला गळा नाही. तुमची आहेत ती नरडी!'' असं टिंगरे म्हणत होता. अखेर धोंडिबा आणि कंपनी स्टेजवर धावली. 'दादा-अप्पा' करून दोघांची त्यांनी समजूत काढली. 'पाहून घेतो, पाहून घेतो!' दोघांनी एकमेकांना धमक्या दिल्या आणि मग कविसंमेलनातील करमणुकीचा हा अनाहूत 'स्पेशल शो' संपून मग तांबडं फुटेपर्यंत कविसंमेलन व्यवस्थित चाललं. काही कवींची ध्यानं व त्यांच्या कविता नि आविर्भाव पाहून श्रोते करमणूक करून घेऊ लागले, तर काहींची हुर्रेऽवडी करून श्रोत्यांनी त्यांना स्टेजवरून पिटाळून लावलं.

दुसऱ्या दिवशीच्या 'कथा अशी सुचते' या अनुभवकथनाच्या कार्यक्रमात जो-तो स्वत:चं चरित्र सांगून श्रोत्यांना बोअर करू लागला. दोघा दलित लेखकांनी स्वत:चं चरित्र सांगता सांगता हिंदू धर्माला व त्यातील लोकांना पोत्यांनी शिव्या द्यावयास सुरुवात केली. श्रोत्यांतील चार-पाच तरुण संतप्त होऊन हाती काठ्या घेऊन मारण्यास धावले... त्यांना अडवून व स्टेजवरील दलित लेखकांना बाजूला नेईपर्यंत एकच गोंधळ माजला नि 'कथा कशी सुचते' याचा एक धडाच नवोदितांना मिळून हा कार्यक्रम तिथेच बोंबलला.

यानंतरच्या 'मराठी टीका टीकाकार' या परिसंवादात अनेकांनी टीकाकारांना शिव्या देऊन बऱ्याच दिवसांचा आपला राग शांत करून घेतला. अर्थात यामुळेही श्रोत्यांची चांगली करमणूक होत होती, याचा वक्त्यांना विसर पडत होता. जो तो तावातावाने बोलत, लढाई केल्यागत हातवारे करीत होता. एकाने तर या टीकाकारांना अरबी समुद्रात नेऊन बुडविलं, तरी कुणाचं काही नुकसान होणार नाही, असं म्हणून अगदी

बाउंड्री मारली. दोघा टीकाकारांनी आपल्यावरील टीकेला उत्तर देण्याचा शेळपट प्रयत्न केला. प्रा. डॉ. भालचंद्र चिंतामणी सोनटक्के यांनी तर शेवटी त्राग्याने म्हटलं, "आम्हाला अरबी समुद्रात बुडवायचंय तर आमच्यासह लेखकांनाही बुडवा. कुणाचं काहीही नुकसान होणार नाही."

दुपारच्या जेवणानंतर मंदिराच्या माडीवर सारे विश्रांती घेत असता रात्रीच्या कविसंमेलनातील वाद परत उफाळला. बोल बोल म्हणता कवी डॉ. संपत पोटले व लोकशाहीर टिंगरे तेरी-मेरीवर आले. दोघंही आवेशाने एकमेकांना भिडले. एकमेकांच्या गळपट्ट्या धरल्या– आवळल्या गेल्या. त्या धक्काबुक्कीत डॉ. पोटल्यांचा चष्मा खाली पडला व ही झोंबी सोडवायला धावलेल्यांच्या पायाखाली त्याचा कुस्करा झाला. तसे कपाळावर हात मारून घेत डॉ. पोटले खालीच बसले. भोवताली जमलेले नवोदित कवी त्यांना शहाणपणा शिकवू लागले, "तुम्ही मोठ्यांनी असं भांडत राहायचं, तेही आम्हा पोरांसमोर, हे बरं काय?"

तीन नंतर खुले अधिवेशन सुरू होणार होते, तोवर असे वारे-वादळ सुरू झाले की, यंदा वळीव लवकरच सुरू झालाय की काय, असं जमलेल्यांना वाटू लागलं. तोवर काड् काड् काड् आवाज करीत शामियान्याचा सारा मंडपच कोसळून पडला. यामुळे खुले अधिवेशन हायस्कूलच्या व्हरांड्यातच सुरू झाले. एव्हाना थोडेबहुत शुद्धीवर आलेले अध्यक्ष विनोदाने म्हणाले, "संमेलनाचे सूप निसर्गाने वाजविले आहे, आताचा हा समारोप एक उपचार म्हणून..." वगैरे.

संध्याकाळच्या सहाच्या आतच हा समारंभ संपला, नि मग बाहेरगावाहून आलेल्यांना परतायची घाई लागली. निमंत्रित वक्ते निरोप घ्यायला आले, तेव्हा त्यांना मानधनाचे राहू द्या, पण यस्टीच्या खर्चापुरते तरी द्यायला हवे होते... दुपारीच खिसा खाली झालेला धोंडिबा गावात दहा ठिकाणी फिरला होता व हातउसने पैसे गोळा करून त्याने रक्कम उभी केली होती व त्यातील थोडी थोडी पाकिटात घालून पाकीट हातावर ठेवून बळेच हसत निरोप दिला होता. संमेलन संपले व जो तो धोंडिबाच्या दुकानी यडताकू लागला... मांडववाला, स्पीकरवाला, हारतुरेवाला, आचारी, गेस्टहाउसवाला (दारू, मटण, सोडा, खोलीभाडे, तसेच कारभाडे आदींसह हा अध्यक्ष दोन हजारांच्या घरात पडला होता!) लायटिंगवाला, पेन्टर... असे अनेक...! धोंडिबा प्रत्येकाला

आठ-पंधरा दिवसांचं आश्वासन देऊन परत पाठवीत होता... 'मंडळा'तील मंडळीही आता तोंड चुकवू लागली होती व कुणीच दुकानाकडे फिरकत नव्हती. अखेर एके दिवशी कातावून त्याने दुकान बंद केलं व सरळ तात्यासाहेबांच्या घरी जाऊन उभा राहिला. म्हणाला,

"तात्या, संमेलन झालं. अजून बऱ्याचजणांची देणी द्यायची आहेत. मुहूर्ताचे ५१ देताना आपण आश्वासन दिलं होतं की, पैसा जमवा, कमी भरतीचं सारं काही माझ्याकडं लागलं!"

"होय रे, आश्वासन दिलंतं मी; पन फ्याक्टरीच्या इलेक्शनमदी आपटलं न्हवं लोकांनी मला, आता मी तरी काय करणार? सत्तेच्या खुर्चीमुळं तर आमच्या उड्या असतात. आजवर जनसेवा करीत देह झिजवला त्येचं लोकांनी हे चांगलं फळ दिलं– घरात बसविलं!" अशी तात्या आपलीच कानी कानी कित्तानी सांगत राहिला.

"मग तात्या, काही थोड्याशी आशा नाही तर..."

"आरं मर्दा, माजा मलाच ह्यो सारा बारदाना सांभाळून खटला रेटूस्तोंवर फुरं झालंय, त्यात आनि तुला कुठला पैसा देऊ? निवडून आलो आस्तो, तर गोष्ट वायली! खुळ्या पोरा, आम्ही काय आमच्या खिशातलं देतो व्हय रं? तिथलं काढायचं, आनि...!"

तेथून भिरंबिटीत धोंडिबा परतला, ते सरळ शहा जयचंद छगनलाल या होलसेल किराणा व्यापाऱ्याकडे आणि आपल्या पुऱ्या दुकानाचाच सौदा करून त्यानं दुकान फुंकून टाकलं व बिऱ्हाड-बाजलं घेऊन सासऱ्याचं तालुक्याचं गाव गाठलं. 'आता तरी आपल्या जल्माला शहाणे व्हा!' म्हणत सासऱ्याने गावातील एका होलसेलवाल्याकडे त्याला चिकटवून दिलं व घरच्या पुढील जाप्त्यात आसरा दिला. 'मराठी साहित्य एका प्रतिभासंपन्न कवीला मुकले!' असं दुसरं कुणी न म्हणता स्वत:च स्वत:शी म्हणत धोंडिबा हिंग, मिरे, जिरे यांच्या पुड्या बांधत त्या मोठ्या किराणी दुकानातील चार-पाच गड्यांत मिसळून गेला.

एवढं होऊनही अजून संमेलनाचं कवित्व संपलं नव्हतं. एके दिवशी जिल्हा पत्रातील वाचकांच्या पत्रव्यवहारात पुढील पत्र प्रसिद्ध झालं –

'संमेलन झाले; पण अहवाल कुठे आहे? आमच्या हुबलकवाडीला दीड-दोन महिन्यांपूर्वी 'सा.र. मंडळा'तर्फे एक साहित्य संमेलन संपन्न झालं होतं. त्यातील भाषणं, भांडणं, मारामाऱ्या आदींमुळे दोन दिवस

उपस्थितांची चांगली करमणूक झाली. साहित्य संमेलनं अशी करमणूकप्रधान होत असतील, तर त्यांचे प्रयोग प्रत्येक गावी व्हावेत. प्रत्येक वेळी त्यातील 'पात्रे' बदलली, तरी हरकत नाही; पण कार्यक्रम मात्र असाच राहावा. ते असो. या संमेलनाच्या निमित्ताने बऱ्याच मोठ्या प्रमाणावर पैसा गोळा केला गेला व त्यात प्रचंड प्रमाणावर अफरातफर होऊन काहींचे उखळ पांढरे झाले, असे बोलले जाते. बाहेरगावाहून काही कवयित्रीही आल्या होत्या. दोन दिवसांत त्यांनी आपल्या गळाला मासेही पटकावले व नवरे म्हणून सोबत नेले, असे संमेलनात भाग घेतलेले कवीच बोलताहेत! या संमेलनाने असे ज्याचे त्याचे कल्याण झाले; पण संमेलनाची बिले अजून ज्यांना दिली गेली नाहीत, त्यांचे काय? 'सा.र. मंडळा'चे अध्यक्ष श्री. धोंडिबा सूर्याजी रायबागे यांनी या संमेलनापायी आपले दिवाळे निघाल्याचे नाटक करून सासुरवाडीचा आश्रय घेतला आहे; पण त्यांनीच फार मोठं डबुलं लाटलं आहे, असे त्यांच्याच मंडळातील मंडळी खासगीत बोलताहेत, तरी खुलासा व्हावा व अहवाल जाहीर करावा.'

– वीर हनुमान तरुण मंडळ, हुबलाकवाडी.

◆